INSIGHT PUBLICA®

INSIGHT PUBLICA ®
Nadakkave, Kozhikode, Kerala
www.insightpublica.com
e-mail: insightpublica@gmail.com

Ee Nhayarazhchakale Nokku

(Poems)

Madhavan Purachery

First Edition :April 2015
Second Edition: January 2017
Third Edition: November 2021

ISBN 978-93-82709-90-9
Printed and Published by
InsightinPublica Printers & Publishers Pvt Ltd.

ഈ
ഞായറാഴ്ചകളെ നോക്കൂ

മാധവൻ പുറച്ചേരി

INSIGHT PUBLICA®

ഈ കവിതകളെ നോക്കൂ

വലയിട്ട് കുരുക്കിയെടുത്ത് ചെറുകഷ്ണങ്ങളായി മസാലയിൽ കുളിച്ച് വെന്തെരിഞ്ഞ് ചുകന്നങ്ങനെ കിടക്കുന്ന മലയാളജീവിതത്തെ വരച്ചുവെയ്ക്കുന്ന കവിതകളാണ് മാധവൻ പുറച്ചേരിയുടെ കവിതകൾ. എഴുത്തിന്റെ രാഷ്ട്രീയം ചോർന്നുപോകാതെ അതിഭാവുകത്വത്തിന്റെ ആടയാഭരണങ്ങളില്ലാതെ പുറച്ചേരിയുടെ കവിത പുതുകവിതയിൽ വേറിട്ടുനിൽക്കുന്നു. രണ്ടുപതിപ്പുകൾ പ്രസിദ്ധീകരിച്ച 'സൈക്കിൾ യാത്രയിൽ നാം' എന്ന കൃതിക്കു ശേഷം മാധവൻ പുറച്ചേരിയുടെ ഇൻസൈറ്റ് പ്രസിദ്ധീകരിക്കുന്ന കവിതാസമാഹാരമാണ് 'ഈ ഞായറാഴ്ചകളെ നോക്കൂ' എന്ന ഈ പുസ്തകം. മലയാള കാവ്യലോകത്ത് തന്റെയിടം കണ്ടെത്തിയ മാധവൻ പുറച്ചേരിയുടെ ഈ സമാഹാരം സന്തോഷത്തോടെ മലയാളത്തിന് സമർപ്പിക്കുന്നു.

സുമേഷ് ഇൻസൈറ്റ്

കണ്ണൂർജില്ലയിലെ പുറച്ചേരിയിൽ ജനിച്ചു. അച്ഛൻ: പരേതനായ വി.ഇ. ഗോവിന്ദൻ നമ്പൂതിരി. അമ്മ: ഗംഗ അന്തർജ്ജനം. കവിതാസമാഹാരങ്ങൾ പ്രവാസിയുടെ മൊഴികൾ, പെയിൻ കില്ലർ, സൈക്കിൾയാത്രയിൽ നാം, പൊന്നേ...പൊന്നേ. വിദ്യാവാചസ്പതി കെ.വി.കുഞ്ഞിരാമൻ മാസ്റ്റർ സാഹിത്യപുരസ്കാരം, കോറാട്ട് ലക്ഷ്മിക്കുട്ടി അമ്മ സ്മാരക സാഹിത്യപുരസ്കാരം, പ്രൊഫ.ജോസഫ് മുണ്ടശ്ശേരി അവാർഡ്, ബി. സി.വി ട്രസ്റ്റ് സാഹിത്യപുരസ്കാരം എന്നിവ കിട്ടിയിട്ടുണ്ട്. അധ്യാപകൻ. ഭാര്യ: കെ.ഉഷാദേവി, മക്കൾ: ഗംഗ, ഹരികൃഷ്ണൻ. വിലാസം:

എഴിലോട് പി.ഒ.,
കണ്ണൂർ ജില്ല–670309
മൊബൈൽ: 9947788143,
ഇ.മെയിൽ: madhavanpurachery@gmail.com

മാധവൻ പുറച്ചേരി

കവിതകൾ

പരിണാമം

സിദ്ധാർത്ഥൻ കരഞ്ഞ്... കരഞ്ഞ്,
ഒടുവിൽ,
ഉള്ളിലെ പെണ്ണുണർന്നു

മരണം മണക്കുന്ന ഇടങ്ങളെ,
മുറിവേറ്റ പ്രാവിനെ,
മുടന്തനാടിനെ,
കല്ലേറുകൊണ്ട നായയെ,
ചേർത്തുപിടിച്ച്,
തഴുകിത്തഴുകി,
ഉടലാകെ മുലപ്പാൽ നിറച്ചു.

കൊഴിഞ്ഞുവീണു വീരപൗരുഷം
മൗനിയായി,
മൃദുവായി.... മൃദുവായി
വ്യഥയിൽ വെന്തുവെന്ത്
ആർക്കും അർത്ഥിക്കാവുന്ന,
ഏത് മുറിവിനും മരുന്നായി
ഉടലാകെ സ്തനങ്ങളായി
പിറവിയെടുക്കുകയായിരുന്നു.

കുരുക്കിൽ

അവസാനത്തെ അത്താഴം തന്ന വരേ....!
പ്രാർത്ഥിക്കാൻ സമയമനുവദിച്ചവരേ....!
വരിവരിയായി നിൽക്കുന്ന
യൂനിഫോമിട്ട നിയമമേ...!
കനത്തസുരക്ഷയ്ക്കിടയിൽ
ഭീതിയാൽ,
വിറക്കുന്നതെന്തിങ്ങനെ....
വിചാരണയ്ക്കൊടുവിൽ
കുത്തിപ്പൊട്ടിച്ച പേനയിൽ,
ഞെരിഞ്ഞമർന്ന കാരുണ്യമേ,
സന്ദർശകരില്ലാത്ത,
ഇരുണ്ടവീട്ടിലിരുന്ന്
നീയിപ്പോളെന്തുചെയ്യുകയായിരിക്കും?
കൈകഴുകിയിട്ടും,
കഴുകിയിട്ടും
ഒട്ടിപ്പിടിച്ചിരിക്കുകയല്ലോ...!
കാതടച്ചുപിടിച്ചിട്ടും
നിലവിളിച്ചുഴലിക്കാറ്റല്ലോ....!
അവനെവിടെ...!
ടക്...ടക്...ടക്....ടക്...
ടക്...ട.........ക്........

ഒരോണക്കവിത

ഒരോണക്കവിത വേണം സാർ
ഒരു കുഞ്ഞു കവിത
കവിഞ്ഞാൽ രണ്ട്
പിന്നെക്കവിയേ(വേ)ണ്ട സാർ
ചിത്രങ്ങൾ റെഡിയാക്കിയിട്ടുണ്ട്
ലേ ഔട്ടിലാണ്കാവ്യം*
ചിത്രം ഇടത്തോട്ടും
കവിത വലത്തോട്ടും
രണ്ട് ഫുൾ പേജ്
അപ്പഴേ ബാലൻസ്ഡാവൂ
വായിക്കാനല്ല
വ്യാഖ്യാനിക്കാനാണ് സാർ
തുമ്പപ്പൂ.....
കോളാമ്പിപ്പൂ...
കാക്കപ്പൂ...
അതിരാണിപ്പൂ...
നാലുംകൂട്ടി
ഫൂ... ഫൂ... ഫൂ....

'വ്യവസ്ഥയെല്ലാം ശിഥിലം പ്രധാനം ലേഔട്ടുതാൻ'
(വൃത്തിവിചാരം, കാരിക 16)

ചീയൽ

ഒരു നക്ഷത്രമുണ്ട്
ഉറ്റുനോക്കുന്നു ഭൂമിയെ
വായിച്ചെടുക്കുകയാവാം
കൊതിതീരാത്ത ജീവിതം

തലതാഴ്ത്തിയിരിക്കുന്നു
പാപഭാരത്താലിള
മകളേയെന്ന വിതുമ്പലിൽ
വെന്തുനീറുന്നുണ്ടുടൽ

നഗരാരണ്യത്തിരക്കുകൾ
പലവട്ടം കഴുകീടിലും
പറ്റിച്ചേർന്നുകിടക്കുന്നു
കിതക്കും ചോരപ്പാടുകൾ

പലപേരിലിവൾ വന്നു
പ്രതിക്കൂട്ടിൽ നിർത്തി നാം
സീതയെന്നു വിളിച്ചീടാം
നിലവിളിക്കർത്ഥമായവൾ

മാനത്തേക്കുറ്റുനോക്കുന്നു
ഗതികെട്ടെത്രകണ്ണുകൾ
സൂര്യനെല്ലിപ്പെണ്ണായി
മിഴിതാഴ്ത്തിയിരിപ്പവൾ

കാഴ്ച്ച കോരിക്കുടിച്ചൂ നാം
വാർത്താശരീരമായവൾ
'സാധന'ത്തെ വിയർപ്പിക്കാൻ
സ്മാർത്തന്മാരായി വീറിൽ നാം

മഹാമൗനികൾ വാണീടും

അധികാരക്കസേരകൾ
ആണായ്മയിലൂറ്റമാളും
പൗരസഞ്ചയശൂന്യത

തെരുവിലലഞ്ഞൊടുങ്ങുന്നു
പലപേരുകൾ, ഊരുകൾ
ഉള്ളുകീറുന്ന ചോദ്യത്താൽ
വെറും പുരുഷനായി ഞാൻ

കണ്ണാടിനോക്കിനിൽക്കേ
വട്ടംകൊമ്പ് മുളയ്ക്കയായി
മുക്രയിട്ടുനടക്കുന്നു
വെറുംപുല്ലിംഗമായവൻ..!.

ഒരു ജാതകകഥ

ജ്ഞാനസൗഹൃദദീപ്തി
പടരും മിഴികളാൽ
പുലരി, ധ്യാനസ്ഥമാ-
ണവിടം മനോഹരം

അകമേ വിടരുന്ന
ചിരിയാൽ മഹാഭിക്ഷു
കരുണാർദ്രമാം നോട്ടം
ശിഷ്യനുൾപ്പുളകമായ്

മൗനമുദ്രിതമായ
നാലഞ്ചുനിമിഷങ്ങൾ
പതുക്കെ കൊഴിയുന്നു
പറയുന്നുണ്ടാശിഷ്യൻ

വന്ദനം പ്രഭാതമേ
വന്ദനം മഹാഗുരോ
പറയാതറിയുന്നു
സകലം സുസൂക്ഷ്മവും

''പഴകിജ്ജീർണ്ണിച്ചെന്റെ-
യുടുവസ്ത്രമെന്നുള്ള
ലഘുവാം കാര്യമറി-
യിക്കുന്നു നമസ്കാരം''

ഒരു പുഞ്ചിരി ചുണ്ടി-
ലുത്തരമായെത്തുന്നു
പുതുവസ്ത്രത്തിൻ മോടി
ശിഷ്യനിൽ നിറയുന്നു

കൗതുകം കനക്കുന്ന-

ചോദ്യമുന്നയിക്കുന്നു
''പഴയോരുടുപ്പിനെ
വഴിയിലുപേക്ഷിച്ചോ?''

''കിടക്കവിരിയാക്കി
മാറ്റിയായയുടുവസ്ത്രം''
ചെറുചിരിവിടർന്നു
ഗുരുവിന്മുഖത്തപ്പോൾ

പല കാര്യത്തിൽമുങ്ങി-
മുഴുകീ പകൽച്ചിത്രം
സാനന്ദം സായന്തന-
ഭംഗികളുണരുന്നു
ശിഷ്യനോടായി വീണ്ടും
ചോദ്യമുന്നയിക്കുന്നു
''പഴയവിരിപ്പിപ്പോ-
ളെവിടെയറിയുമോ?''

കീറിപ്പറിഞ്ഞതാണാ-
വിരിപ്പെങ്കിലുമിപ്പോൾ
അടുപ്പിൽനിന്നും ചൂടു-
പാത്രങ്ങളിറക്കുവാൻ

അതിഗൗരവം വീണ്ടും
ചോദ്യമുന്നയിക്കുന്നു
''അടുപ്പിന്നരികിലെ
പാഴ്ത്തുണി കളഞ്ഞുവോ?''

ചുറ്റിലും വിളക്കുകൾ
വെളിച്ചം പൊഴിക്കുന്നു
ശിഷ്യനുള്ളംനിറഞ്ഞ -

കമേ സംതൃപ്തനായി

''നനച്ചുവെടിപ്പാക്കി-
യുണക്കിയെടുത്തൂ ഞാൻ
വിളക്കിൽ തിരിയായി
ചുറ്റിലും പ്രകാശിപ്പൂ''.

കഥാശേഷം
ഇക്കഥ കേൾക്കേ കൂട്ടു-
കാരനു പരിഹാസം
സുഖശീതളിമയി-
ലമരും പുതുകഥ

ഭരണവിശാരദർ
ഒഴുകും നിരത്തുകൾ
അതിവേഗത്തിൽപോകും
സുഖസുന്ദരചിത്രം

കഥയിൽ, പ്രതിമയിൽ
ലാളിത്യമുറങ്ങട്ടെ
വടികുത്തിനിൽക്കുന്നു
ചിത്രവും ചരിത്രവും.

മേഘമൽഹാർ

മൂടിക്കെട്ടി,
മുഖംവീർപ്പിച്ച്,
ഇലപൊഴിക്കാൻ മടിക്കുന്ന
ഒരുമ്പെട്ടോളേ...!
കണ്ണുപൊട്ടിയായഭിനയിച്ച്,
നിന്റെ ഒളിച്ചുകളി..
കാറ്റിനൊപ്പമിളകിയാട്ടം
വഴിതെറ്റി നടപ്പ്,
ഇടയ്ക്കിടെയുള്ള പൊട്ടിച്ചിരി
ഇതൊന്നുമറിയാഞ്ഞിട്ടല്ല!
നിന്റെ ചുറ്റിക്കളികണ്ട്,
കാത്തുകാത്തിരുന്ന്
കണ്ണുകഴച്ച് നിൽപ്പുണ്ട്
ഒരമ്മവേഴാമ്പൽ!
പൊട്ടിപ്പിളർന്ന നാവിനാൽ
പാടുന്നുണ്ടവൾ.

തിരുനൽവേലിയിലെ കാറ്റാടികൾ

(കൂടംകുളം ആണവ വിരുദ്ധ പോരാളികൾക്ക്)

കൂടംകുളം വിളിക്കുന്നു
മക്കളേ പോരിനെത്തുക
പെറ്റനാടിനെ രക്ഷിക്കാൻ
രണഭേരി മുഴക്കുക

തിരമാലകൾ ചോദിപ്പൂ
ആർത്തി മൂത്ത മനുഷ്യരേ
കെട്ടുവോ സൽപുത്രവീര്യം
പൂർവപുണ്യമകന്നുവോ

വിഷബീജം വിതച്ചീടാൻ
ഭരിപ്പോർ കച്ചകെട്ടവേ
പെരിങ്ങോം തന്ന സന്ദേശം
കരുത്തായിയുയർത്തണം

''വേണ്ടാ അണു ഉലൈ വേണ്ടാ''
കൊച്ചു മക്കൾ വിളിക്കവേ
മണ്ണിന്നു കാവലാകുന്നു
ഇളം പൂവുകൾ സാക്ഷികൾ

വലവീശിയെറിഞ്ഞീടും
പാവങ്ങൾ തൊഴിലാളികൾ
'ഇടിന്തകരെയിൽ നിന്നും
വിളിച്ചീടുന്നു പോരിക

അണുധൂളി പ്രവാഹത്തിൻ
സുനാമിത്തിരമാലകൾ
വിഴുങ്ങി തീർത്ത ജന്മങ്ങൾ
കൺമുന്നിൽ വന്നു നിൽക്കയായ്

അവർ ചോദ്യങ്ങൾ ചോദിപ്പൂ

നെഞ്ചുകീറുന്ന നേരുകൾ
നാടിന്നു നന്മയെന്നാകിൽ
മനുഷ്യർപെടുകില്ലയോ

വിജ്ഞരേ നേരു ചൊന്നാലും
ആണവത്തീയുയർത്തുമോ
ജനാഭിലാഷം നോക്കാതെ
ജനായത്തമുയിർക്കുമോ

പേക്കിനാവുകൾ തുള്ളുന്ന
കാള രാത്രികളെത്തുമോ
ഭസ്മാസുരൻ വന്നുതൊട്ടീ-
യുലകാകെ മുടിക്കുമോ

പിടഞ്ഞു നിൽക്കും ജീവന്റെ
നിലയ്ക്കാത്ത തുടിപ്പുകൾ
തൊട്ടു നിൽക്കുന്ന വാക്കായി
പച്ച മണ്ണായി മാറുക

വാക്കുപൊട്ടിമുളയ്ക്കുന്നു
കാറ്റാടികൾ കരുത്തുകൾ
വൈദ്യുതാലിംഗനാത്താലീ
മണ്ണിനെ കാത്തുകൊള്ളുക.

കുചേലസംഭ്രമം

1.
ഒരുപേരിലെന്തിരിക്കുന്നുവെന്ന്
നിങ്ങൾ പറയുമായിരിക്കും
നിസ്സാരകാര്യങ്ങളിലാണ്
വിവാദമെന്ന് തീർപ്പ് കല്പിക്കും
ദരിദ്രവാസിയെവിടെയെത്തിയാലും
ദരിദ്രവാസിയാണെന്നടക്കംപറയും
നല്ല ഉടുപ്പില്ലാത്തതിനാൽ
സ്വന്തം പേരുനഷ്ടപ്പെട്ടവനോട്
ചോദിച്ചാലറിയാം
പേ(വേ)രിലിറങ്ങിയ വേദന

2
അയാളോളം ഏകാന്തതയറിഞ്ഞവനാര്
അപശകുനമായി,
ലോകത്തിന്റെ അസഹ്യമായ വലുപ്പത്തിൽ
അമ്പരന്ന്,
അകമേ ഒളിച്ച്,
ഉൾമിഴികൾ തെളിച്ച്
മേഘമാർഗ്ഗങ്ങളിൽ ചരിച്ച്,
തുരുതുരാ അയച്ച സന്ദേശങ്ങൾ......
അമ്മക്കലത്തിൽനിന്നും
കിണ്ണത്തിലേക്കു പകർന്ന
കണ്ണടയാത്ത വാക്ക്

3
അയാളോളം വാക്കിനെ
ഉരുട്ടിക്കളിച്ചവനാര്
ചവർത്തിട്ടും ചവർത്തിട്ടും
വഴിയിലുപേക്ഷിച്ചില്ല
ഇറക്കാനാവാത്ത കയ്പുകൾ

ചവച്ചുചവച്ചാണ്
മധുരക്കാഞ്ഞിരമായത്
മുള്ളു നിറഞ്ഞമരമായി നിന്നാണ്
ചുവന്നുതുടുത്ത പൂവായത്.

4
കഥകളിൽ,
അയാളുടെ ഇറങ്ങിനടപ്പുകൾ
കവിതകളിലൊളിപ്പിച്ച പൊട്ടിത്തെറികൾ.
അടക്കിപ്പിടിച്ചതിന്റെ,
നെഞ്ചുരുക്കവുമായി മുദ്രാവാക്യങ്ങൾ
അയാളയാളാണ്
ഈ ലോകം സഹ്യമാക്കിയത്

5
വായിച്ചിട്ടും വായിച്ചിട്ടും
തീരാത്ത വേദ(ന)പുസ്തകമേ
ബെസ്റ്റ് സെല്ലറായിത്തീർന്നിട്ടുണ്ടാകും
ഓരോ പുസ്തകക്കടയിലും
മുഴുക്കെ പെറ്റുതീർന്നിട്ടുണ്ടാവില്ല
ന്യൂട്ട് ഹാംസണിലും
ഹ്യൂഗോവിലും
നാരായനിലും
വാരിവാരിപ്പുറത്തിട്ടിട്ടും
രാമപുരത്തുവാര്യരിലും

6
തൊട്ടുതൊട്ടിരുന്നിട്ടും
ഇരു ധ്രുവങ്ങളിലായി
ഒരൊറ്റ പാഠം പഠിച്ചിട്ടും
അകന്നകന്നുപോകലായ്

കൂട്ടില്ല,
കൂട്ടത്തിലില്ല.
മിഠായിയോടൊപ്പം കൂട്ടുകാർ
പുസ്തകത്തോടൊപ്പം ഗുരുക്കൾ
എത്ര പാടി നീട്ടിയിട്ടും
ഒന്നുമായില്ലയീ'യരത്'ങ്ങൾ

7
അയാളോളം ലോകത്തെ വായിച്ചെടുത്തവനാര്?
നീണ്ടുനീണ്ടുപോകുന്ന വഴി
വറ്റിവരണ്ട ത(ക)ണ്ണീർത്തടം
നിലാവസ്തമിച്ച രാത്രി
വഴിക്കൂട്ടില്ലാതെ,
നടന്നുനടന്നുകടന്നുപോകൽ.
കഥകളിലെ ദ്വാരക
ഇറങ്ങിവരുന്ന കാരുണ്യം
പകുത്തുനൽകുന്ന കുബേരത്വവും
ഇങ്ങനെയെത്രയെത്ര അധ്യായങ്ങളിൽ
സമാഹരിച്ചിട്ടുണ്ടാവും
സൽക്കഥാഭാഗവതങ്ങൾ
ചത്തകുഞ്ഞിനെ മാറോടുചേർത്തുപിടിച്ച്,
എത്യോപ്യയിൽ,
അട്ടപ്പാടിയിൽ,
എത്രയെത്ര ഭൂഖണ്ഡാന്തരയാത്രകൾ
ദാ.... നോക്കൂ
ഒരൊറ്റ നെടുവീർപ്പിൽ
ഒടിച്ചുമടക്കിവെച്ചിരിക്കുന്നു
ഒരു മഹാകാവ്യം.

പ്രണാമം

അഴീക്കോടിന്

സാഗരം ശാന്തഗംഭീരം
നിലച്ചൂ ശബ്ദവീചികൾ
നമിക്കുന്നു നമിക്കുന്നു
വാഗർത്ഥപ്പെരുമാളിനെ.

ജനമിച്ഛിക്കുന്ന വാക്കേ
കാതു നീ കൊണ്ടുപോവുക
നിന്നോടൊപ്പം നടക്കുന്നു
നീതി തേടുന്നു പാതകൾ.

നെറികെട്ടൊരു കാലത്തെ
വാക്കിന്നൂക്കാലെതിർത്തുനീ
മഹാപ്രഭാഷണം തീർന്നൂ
സൂര്യാ നീയസ്തമിക്കുക.

ചെങ്കനൽ ചിതമൂടുന്നു
ഘനമൗനമിരുൾക്കടൽ
ഹാ! പൂർണ്ണ ചന്ദ്രനായെത്തി
വാഗ്ഭടാനന്ദ വൈഖരി.

സംക്ഷിപ്ത മനസ്താപ പ്രകരണം

സ്ഥലത്തെ പ്രധാന ദിവ്യനായിട്ടുള്ളവനേ
കരയുടെയും വെള്ളത്തിന്റെയും നാഥനായവനേ
ബസ്സ്റ്റാന്റിലും പാർട്ടിയാപ്പീസിലും
ഒത്തുതീർപ്പിലും ഒറ്റവീർപ്പിലും
നിറഞ്ഞുനിന്നിടുന്ന താരമേ

അങ്ങയുടെ രാജ്യം വന്നുകഴിഞ്ഞിരിക്കുന്നു.
അങ്ങയുടെ നാമം പൂജിതമായിരിക്കുന്നു
അങ്ങയുടെ കൃപാവരത്തിനായി
ഞങ്ങൾ യാചിക്കുന്നു

ചിലപ്പോൾ അങ്ങ് പാതാളത്തോളം
ക്ഷമിച്ച് വിനയമൂർത്തിയായി
വാക്കുകളെ വിവേകമഞ്ജരിയാക്കി
മറ്റുചിലപ്പോൾ,
ഉഗ്രകോപത്തിന്റെ ഇടിമിന്നലുകൾ പായിച്ചു
ചോരമഴ പെയ്യിച്ചു

നിന്റെ നോട്ടത്താൽ
ഉയർന്നുയർന്ന് പൊങ്ങിടുന്നു ഫ്ളാറ്റുകൾ
പൊടിഞ്ഞുപൊടിഞ്ഞമർന്നിടുന്നു പാറകൾ
കണ്ടിരിക്കെ, അജ്ഞാതമായിടുന്നു വയലുകൾ
സർവ്വശക്തനായ നിന്നെ വാഴ്ത്തിടുന്നു സർവ്വരും

നിന്റെ കണ്ണിൽപെട്ടിടാത്തിടങ്ങളില്ല ഭൂമിയിൽ
നിന്നെ വാഴ്ത്തിടുന്നതിന്ന് തന്നതല്ലി നാവുകൾ!

നിറഞ്ഞുപൊലിഞ്ഞങ്ങനെ
മിനുങ്ങിമിനുങ്ങിയങ്ങനെ
ദേഹമായി
ആ ദേഹമായി
അദ്ദേഹമായി
അവതരിച്ച്
അലങ്കരിച്ച്
സ്ഥി...തി...ചെ...യ്യു...ന്നു!.

ഈ ഞായറാഴ്ചകളെ നോക്കൂ....

പാവം...! ഞായറാഴ്ചകൾ
നിന്നു തിരിയാനിടമില്ല.
ആറുദിവസത്തെ വിഴുപ്പ് ചുമക്കണം.
വാഷിങ് മെഷിനിൽ കറങ്ങിത്തിരിയണം.
ഏഴരവെളുപ്പിന്,
പതിവ് കൂവൽ വേണ്ട,
പക്ഷേ,
നീട്ടിയും കുറുക്കിയും
നടന്നു തീർക്കാനുണ്ട്,
രഹസ്യ ഭൂഖണ്ഡങ്ങൾ.
കണ്ടില്ലല്ലോയെന്ന പരിഭവത്തിന്,
തൊട്ടില്ലല്ലോയെന്ന വേവലാതിക്ക്,
അവധി പറഞ്ഞ വിരുന്നൊരുക്കലിന്,
അവധിയില്ലാത്ത സങ്കടചുറ്റിന്.
പാവം... പാവം... ഞായറാഴ്ചകൾ
സ്കൂട്ടിയിലോടുന്ന ഭാഗ്യദിനങ്ങളേ,
കുതികുതിക്കുന്ന മലബാർ എക്സ്പ്രസ്സേ,
കാഴ്ച്ചച്ചന്തങ്ങളില്ലാതെ,
നീന്തിനീന്തിക്കടക്കാനുണ്ട്,
ഒരടുക്കളക്കടൽ.
വലയിട്ട്,
കുരുക്കിയെടുത്ത്,
ചെറുകഷ്ണങ്ങളായി,
മസാലയിൽ കുളിച്ച്,
വെന്ത്... വെന്ത്...,
എരിഞ്ഞ്.. എരിഞ്ഞ്...,
ചുകന്ന്... ചുകന്നങ്ങനെ...!

എന്തതിശയമേ...!

ചുറ്റിലും കുറ്റവാളികളെ നിർത്തി,
ഒന്നോ രണ്ടോ പേരെ ഒറ്റും.
സത്യമെന്നത്,
ഇവിടെ ഞാനാകുന്നെന്ന്,
ആണയിട്ടു പറയും.
മനസ്സാക്ഷിയുടെ ഭാരത്താൽ
കസേര ചുമന്നു നടക്കും.
ഓരോ വാക്കിലും
ഒരു സത്യത്തെയെങ്കിലും
സു(സ്വ) രക്ഷാകാരണങ്ങളാൽ
വെടിവെച്ചു വീഴ്ത്തും.
വറ്റാത്ത വെയിലല്ലേ,
മിണ്ടാത്ത സൂര്യനല്ലേ,
എന്നു നിരീക്കുമ്പം...
ഓരോ വെയിൽനാളവും
ക്യാമറക്കണ്ണായി,
ലൈവായി,
എക്സ്ക്ലൂസീവായി,
പരന്നൊഴുകുന്നു
സോ... ആൾ... ആർ...

തിര*

'തിര'കണ്ടിരിക്കുമ്പോൾ
നഗരകാന്താരത്തിൽ
ഇരുളിൻ തേർവാഴ്ചയിൽ
വിതുമ്പും മിഴികളാൽ.

കനമാർന്നീടും നെഞ്ചിൽ,
ദൃശ്യങ്ങളോരോന്നായി
പടരും മഹാഭീതി,
ചുറ്റിവരിഞ്ഞീടുന്നു.

കളിമ്പം വിടർന്നീടും
ബാല്യമാധുര്യച്ചിരി
പതുക്കെമാഞ്ഞീടുന്നു,
കാഴ്ചകൾ... കനലുകൾ.

പകലായ് പതയുന്നു
രാത്രിതൻ വിളക്കുകൾ
കാണാതിരിക്കും ഇരുൾ
ഗുഹകളജ്ഞാതങ്ങൾ.
പുറത്തേക്കൊഴുക്കീടാൻ
കണ്ണുനീരുണ്ടാകില്ല
കാണുവാൻ കാരുണ്യത്തിൻ
കണ്ണുകൾ നമുക്കില്ല.

അടഞ്ഞ മുറിക്കുള്ളിൽ
തളച്ചിടുന്നൂനമ്മെ
പലഭീതികൾ കെട്ടി-
ച്ചുറ്റിയ മതിലുകൾ.

**വിനീത് ശ്രീനിവാസൻ സംവിധാനം ചെയ്ത*
'തിര' എന്ന സിനിമ കണ്ടപ്പോൾ

കാണാതെയായീടുന്നു
തൊട്ടരികിലെ ചിരി
പിടഞ്ഞൊടുങ്ങീടുന്നു
കൊച്ചുപെൺഞരക്കങ്ങൾ.

വിരുന്നുമുറികളിൽ
വിളമ്പും വിഭവങ്ങൾ
ആർത്തികളിരതേടും
സുഖശീതളിമയിൽ.

കച്ചവടത്തിൻ വർണ്ണ-
ക്കാഴ്ചകളൊരുക്കുന്നു
'വിനോദം' പകർന്നാടി-
പ്പകർത്തുംതിമർപ്പുകൾ

രക്ഷിക്കുവാനായെത്തി
'മായി'** ചലച്ചിത്രത്തിൽ
പച്ചജീവിതം, കത്തി-
യെരിയുന്നിളംപൂക്കൾ

ഇരമ്പും ജനം കണ്ടു-
തിരിച്ചുപോകുന്നവർ
അലസം കണ്ണും കാതും
ഭ്രമചിത്രങ്ങൾ ചുറ്റും

തീപ്പടരുന്നു തിര-
ശ്ശീലയിൽ, മഹാമൗനി

*** രക്ഷകയായി എത്തുന്ന സിനിമയിലെ ശോഭനയുടെ കഥാപാത്രം.*

പടംതീർന്നപ്പോൾകോട്ടു-
വായിട്ടുനടക്കുന്നു.

ചിലരിൽ 'മായി'യമ്മ
ശോഭനം കരുത്തായി
നടന പ്രഭതൂകി
വിടർന്നൂ തിങ്കൾക്കല.

ഔട്ട്പാസ്

നാട്ടിലേക്ക് വരുന്നതെങ്ങിനെ
വാപിളർന്ന് നില്പുണ്ടാവില്ലേ
പണിതീരാത്തൊരു വീട്
പുരനിറഞ്ഞുകവിഞ്ഞകണ്ണുകൾ.
വളഞ്ഞുപിടിക്കുന്ന,
വീട്ടിലേക്കുള്ള വഴികൾ.
പുഴയിലേക്കൊഴുകിപ്പോവില്ലേ
നിലയും വിലയും.
പൊടിക്കാറ്റുവീശുന്നിടങ്ങൾ
ഉള്ളിൽകൊണ്ടുനടക്കുന്നവനോട്,
കരുണകാണിക്കാതിരിക്കില്ല,
തെങ്ങുകളുടെ ഭാഷപഠിച്ച
ഈന്തപ്പനക്കൂട്ടങ്ങൾ.
മുതുകിൽ കയറ്റിവച്ചവയൊന്നും
ഒറ്റയടിക്ക്,
ഇറക്കിവയ്ക്കാൻ കഴിനില്ലല്ലോ..!
നീണ്ടുനിവർന്നുകിടക്കുകയാണ്
എന്റെയീ മണലമ്പരപ്പ്.....

ഡിസംബർ 31

ഓർമ്മകളുടെ ജലതരംഗം
ആട്ടിൻ പറ്റം കടന്നുപോകുന്നു
പാട്ടിൽ കണ്ണീർ കലരുന്നു

അന്തിചായുന്നു
ആകാശത്തിന്റെ അതിർത്തിതേടി
തഴച്ചുപൊങ്ങീ മരങ്ങൾ

കൂട്ടിലിപ്പോൾ ഇളംചൂട്
കൊക്കുരുമ്മി ചിക്കിച്ചിനുക്കി
പതുപതുത്തു ശയ്യയിപ്പോൾ

മഞ്ഞുതൊപ്പി തുന്നുംപുലരി
മനോധർമ്മമാടുമിളംകാറ്റ്
നൃത്തം ചെയ്യുന്നു പുൽമൈതാനം

വെള്ളഷാൾ പുതച്ച കാറ്റാടികൾ
ഒറ്റയൊറ്റ പ്രാർത്ഥനകൾ

വരിവരിയായി വെയിൽക്കുട്ടികൾ
തലയാട്ടുന്നു പച്ചത്തലപ്പുകൾ
തപ്പുകൊട്ടുക പാട്ടുപാടുക

കണ്ണിൽനിന്നും കണ്ണിലേക്ക്
പാറിപ്പറക്കുന്നു പകൽക്കിനാവ്.

അനന്തവൃത്താന്തം

വാർത്തകളിലെങ്ങും കനകകോടിപ്രഭ
മൊഴികളിലെങ്ങും വൈകുണ്ഠകീർത്തനം
'പൊന്നുതമ്പുരാക്ക'ളുടെ വീരലാസ്യങ്ങൾ
മൺതരിപോലും കുടഞ്ഞെറിഞ്ഞ ഗാഥകൾ
'ഹന്തഭാഗ്യം ജനത്തി'നെന്നു കണ്ടവർ
കേട്ടവർ, കേട്ടവർ വാഴ്ത്തി വിശാരദർ
ഭരണഭണ്ഡാരവിചാരസൂക്ഷിപ്പുകാർ
കനകരത്നപ്രഭ മൂടിയ കണ്ണുകൾ
കാണാപ്പരിഷകൾ, കേൾക്കാപ്പരിഷകൾ
പാപിദൃക്കായിപ്പിറന്ന പണ്ടാരങ്ങൾ!
ചരിത്രമന്വേഷിച്ചു താണ്ടിയപാതകൾ
കണ്ണീരു വീണു നനഞ്ഞ കൽപ്പടവുകൾ
എത്തിനിൽക്കുന്നു പോയ ശതാബ്ദങ്ങൾ.
തൊട്ടുനോക്കുമ്പോൾ വജ്രത്തിളക്കം.
രാജഭോഗങ്ങളുടവാളിനാൽ നേടിയ
ഭോരപുരണ്ട ചതിക്കാലച്ചിത്രങ്ങൾ
കല്ലേപ്പിളർക്കുന്ന കല്പനകളിൽവീണു
നെഞ്ചു തറച്ചുകേഴുന്നു ശൂലങ്ങൾ.
കണ്ണിൽനിന്നിറ്റുവീണുണ്ടായ രത്നങ്ങൾ
ഉള്ളം തുരന്നു പുറത്തെടുക്കുന്നവ.
കൽത്തുറങ്കിൽ വീണമർന്ന നിലവിളികൾ
വിഗ്രഹമായി തിളങ്ങിനിൽക്കുന്നവ,
നർത്തകിമാരുടെ കൈവിരൽതൊട്ടപ്പോൾ
പൊട്ടിക്കരഞ്ഞ സംഗീത സദിരുകൾ
കടലിലേക്കൊഴുകിയ കണ്ണുനീർച്ചാലുകൾ
മുത്തായി ചിപ്പിക്കകത്ത് വിളഞ്ഞവ.
നെഞ്ചുപൊട്ടിപ്പോയ പെണ്ണിൻവിലാപങ്ങൾ
കടകമായി കാഞ്ചനപ്രഭ ചൊരിയുന്നവ,
ദയയ്ക്കായിരന്നസ്തമിച്ച രാപ്പകലുകൾ
നക്ഷത്രശോഭ പകർന്ന രത്നങ്ങളായി.
നേർകണ്ടകണ്ണുകൾ, സത്യദീപങ്ങൾ

കിങ്കരർ, ചൂഴ്ന്നെടുത്തു സൂക്ഷിച്ചവ.
കഴുവേറികളുടെ ചങ്കിൽപ്പിടഞ്ഞവ
നവരത്നമാന്ത്രികവാക്കുകളായവ
ഇപ്പോഴും വെട്ടിത്തിളങ്ങിനിൽക്കുന്നുണ്ട്
കല്ലറയ്ക്കുള്ളിലുമടയാത്ത കണ്ണുകൾ
നിർത്തുക, ദീപസ്തംഭമഹാശ്ചര്യ വർണ്ണന
കാണുക കുചേലക്കിടാങ്ങളുടെ ദീനത
കരിന്തിരി കത്തുന്ന കൊച്ചുമൺവിളക്കുകൾ
കൈനീട്ടി നിൽക്കുന്ന ദേവാലയാങ്കണം
പട്ടിണിതിന്നസ്തമിച്ച പകലോന്
നൊട്ടി നുണയ്ക്കാൻ നിലാവിന്റെ തുള്ളികൾ
ശ്രീപത്മനാഭൻ കാരുണ്യവാരിധി
കുചേലസൽഗതിയോർത്തുശയിപ്പവൻ
രുദിരാനുസാരിയാം പ്രപഞ്ചപ്പൊരുൾ
ആരറിയുന്നതിന്നാദിയുമന്തവും
വാളോങ്ങി നിൽക്കും കുടിപ്പകയ്ക്കറിയുമോ
സ്നേഹാലയം തീർക്കുമീശ്വരചിന്തകൾ
നേരിനെക്കാളും പ്രഭയില്ല ഭൂമിയിൽ
ലോകാസമസ്താ സുഖിനോഭവന്തു.

ഹൈക്കുകവിതകൾ

സ്വപ്നം

ഉറങ്ങുമ്പോൾ മാത്രം
തൊട്ടുതൊട്ടിരിക്കും
വെളിച്ചത്തിൻ ജലപ്രവാഹം

ഇരിപ്പിടം

മഞ്ഞുപോലൊരു ഹൃദയം
പ്രാക്കൾ വെടിഞ്ഞ കൂട്
ആത്മാവിന്നിരിപ്പിടം

ആകാശം

നന്നായി നനക്കപ്പെട്ടതിനാൽ
പൊട്ടിക്കിളിർക്കുന്നുണ്ട്
പയർവിത്തുകൾ

അഭയം

ഇളംകാറ്റു വീശുന്നു
പ്രണയത്തിരമാലകൾ വന്ന് മൂടുന്നു
ജലകണങ്ങളുടെ കരഘോഷം

പ്രണയം

കൂരിരുട്ടിലാണ് നിന്റെ നിത്യപ്രകാശം
മാണിക്യരത്നമായി
വെറും കല്ല്

പ്രാർത്ഥന

കുശുമ്പ് നിറഞ്ഞ പ്രാർത്ഥനകൾ
ആർത്തിപിടിച്ച ഉത്കണ്ഠകൾ
ബധിരനായി ദൈവം

കണ്ണാടി

ഒന്നു നോക്കിയതേയുള്ളൂ
പുറംതോട് പൊട്ടിച്ച്
വരവായ് അകംകാഴ്ചകൾ

ശത്രു

കൗശലക്കാരനാണ്
പുറത്തല്ല, അകത്താണ്
കാളിയല്ല, വ്യാളിയാണ്

കാറ്റ്

തുലാസന്ധ്യയിൽ
ഇരുൾ വഴിയിൽ
പേടിച്ചു കരയുന്നുണ്ടൊരുവൾ

വിരഹം

എരിയും നെരിപ്പോട്
എല്ലാ നീരുറവകളും എവിടേക്കാണ്
അപ്രത്യക്ഷമാകുന്നത്.

നിലവിളി

ഓർമ്മയിലില്ല;
പാലപ്പൂമണമൊഴുകും വഴി
ചെറുബാല്യക്കാരുടെ ചോരമണം
കുന്നായി മാറിയമുടി തലയോട്ടി,
നാലുംകൂട്ടി മുറുക്കിത്തുപ്പിയ മേളം,
ചുറ്റിലുമങ്ങനെ നീണ്ടു കിടക്കും
പടുകൂറ്റൻ മാളികകൾക്കിടയിൽ
പാഴ്ചിരിതൂവി,
വഴിയറിയാതെ......
കാണുന്നീലാ.......
തെച്ചിപടർന്നുകിടക്കുമിടം
പൊട്ടിച്ചിരിയിലുതിർന്ന നിലാവ്!
മുടിയിലൊളിച്ചു മറഞ്ഞൊരു രാത്രി
പകലഭയം നൽകിയ പാറക്കെട്ട്,
പകലിരവുകളൊരുപോലങ്ങനെ,
നിറമണമില്ലാതഴിയെ ......
വഴിയേത്.......
കരിമേഘം പൂത്തുലയും ചുവട്
വിടരും പച്ചക്കടലാഴം...
കടുമണമാർന്നു കിടക്കുമിടം
കഥയറിയാതെ നടക്കുമിടം!
പാതിരാനേരം,
വീട്ടിൽ,
സ്ക്രീനിൽ,
ഇറങ്ങിനടപ്പൂ...
മുളചീന്തുമ്പോലൊരു നിലവിളി.!.

ഡി.കെ.പട്ടമ്മാൾ ജനഗണമന പാടുമ്പോൾ

ഡി.കെ.പട്ടമ്മാൾ
ജനഗണമന പാടുമ്പോൾ
ഉയർന്നുയർന്ന് പൊങ്ങുകയാണ്
വിന്ധ്യഹിമാചലങ്ങൾ
തടം തഴുകിയൊഴുകുകയാണ്
ഗംഗയും യമുനയും
വിടർന്നുവിടർന്ന് വരുന്നുണ്ട്
ഭൂപടങ്ങളിലെ ഇന്ത്യ
കണ്ടുനിൽക്കാം
ധീരതയുടെ ശിരസ്സുയർത്തൽ
കേട്ടുനിൽക്കാം
ഉദയരാഗമാലപിക്കുംശാന്തസാഗരം.
തൊട്ടുനിൽക്കാം,
ഈടുവെപ്പിൻ മഹാരത്നഖനി.
കടന്നുപോകുകയാണ്,
പല വേഷങ്ങൾ...ഭാഷകൾ..
ഉയർന്നു പറക്കുകയാണ്,
മൂവർണ്ണക്കൊടി.
പട്ടമ്മാൾ പാടുമ്പോൾ
ശ്വാസോച്ഛ്വാസത്തിൽ,
നിറചിരിയിൽ,
കൗതുകക്കണ്ണിൽ,
വിരിയലാണ് ദേശഗാഥ.
കൂടംകുളത്തെ കുട്ടികൾക്ക്
ഇങ്ങനെ കേൾക്കാൻ കഴിയുമോ?
കടലലറുന്നത്
മീൻ പിടക്കുന്നത്
നമ്മളറിയുന്നില്ലല്ലോ
പട്ടമ്മാൾ
ജനഗണമന പാടുന്നത് കേട്ടാൽ
ഇറോംശർമ്മിളയ്ക്ക്
എന്തുതോന്നുമോ ആവോ?.

വരവ്

തല്ലിക്കൊന്നു
ചില വാക്കുകളെ
വെടിവെച്ചു വീഴ്ത്തി
മുട്ടൻ തെറികളെ
കുത്തിക്കൊന്നു
മുള്ളും മുനയുമുള്ള
നൊടിച്ചലുകളെ
തക്കം നോക്കി
വഴുവഴുപ്പുള്ള
ചിലർ
ഊതി വീർത്ത്
റൂട്ട് മാർച്ച് നടത്തി
കവികളേ
മരിച്ചവരെല്ലാം
തിരിച്ചുവരികയായി
അവർക്ക്
ഇരിപ്പിടങ്ങളൊരുക്കുവിൻ!.

അസംബ്ലി

ഓർക്കൂട്ടിൽ സങ്കല്പവായുവിമാനത്തിൽ
സഞ്ചരിക്കുമ്പോൾ പഴയ വിദ്യാലയം.
രണ്ടു വിസിൽമുഴക്കുന്നു പി.ടി.മാഷ്
വരിവരിയായി വരുന്നുണ്ടോർമ്മകൾ.
അറ്റൻഷനായി സ്റ്റാന്റ്റീസായി,
പ്രാർത്ഥനാനിരതമഖിലാണ്ഡമണ്ഡലം.
വഴിതെറ്റിയെത്തുന്നു പല വഴികൾ
കരയുവാൻ വെമ്പുന്നിളവെയിൽകുട്ടികൾ.

ചൂരൽവീശിയടിക്കുവാനോങ്ങിയും
കണ്ണുരുട്ടിപ്പേടിപ്പിച്ചിതാകാശം.
ഉമ്മാക്കികാട്ടി ഭയപ്പെടുത്താതെന്ന്,
തെമ്മാടിക്കാറ്റ് സ്വകാര്യം പറയുന്നു.
ജനഗണമന പാടിപ്പിരിയും അസംബ്ലിയിൽ
കാതടപ്പിക്കും ജയ്ഹിന്ദ് വിളികളിൽ
കണ്ടുരസിക്കുവാനെത്തുന്ന മൈനകൾ
കണ്ണുതുറന്നു കിനാവായ് നിൽക്കുന്നു.

എത്രവട്ടം കണ്ട വിസ്മയമാകിലും
നാട്ടുമാവാനന്ദബാഷ്പം പൊഴിക്കുന്നു.
ദൂരെനിൽക്കേണ്ടിവന്ന കാറ്റാടികൾ
പണ്ടു പഠിക്കാൻവരാത്തതിൽ ദുഃഖിതർ.
ക്ലിക്ക് ചെയ്തപ്പോളിറങ്ങിവരുന്നുണ്ട്
ഒട്ടും പരിചയമില്ലാത്ത ചിത്രങ്ങൾ.

മാവും പുളിയും മുറിച്ചതാകാം
പുതുഹാൾ വെളുക്കെ ചിരിച്ചതാകാം
നന്നായിരിക്കുന്നു കെട്ടിലും മട്ടിലും
വൻമതിൽക്കെട്ടങ്ങുയർന്നു നിൽപ്പൂ

രണ്ടു വിസിൽകേൾക്കേ ഓടിവരുന്നുണ്ട്,
തട്ടമൊതുക്കി വേവലാതിക്കുരുവികൾ.
മുൻവശത്തുള്ള ഗെയിറ്റിനെ കാണാതെ,
ചുറ്റിലുമോടിനടക്കുന്നു തത്തകൾ.

തീവ്രവാദി

പുതിയ ആകാശവും
പുതിയ ഭൂമിയും കാട്ടി
നെഞ്ച് നിറയണ പാട്ട് തന്ന്
ചോരച്ചെങ്കൊടി വീശി
മാലയായി
ആ കൊടിയിങ്ങ് തായെന്ന്
പരമപ്പിള്ളയായി
കൂട്ടായി
കൃഷിയായി
പാട്ടബാക്കി കൊടുക്കില്ലെന്നായി
ഒരു തുണ്ടുഭൂമിക്കുടമയായി
വാഴയായി
ചീരയായി
അപ്പോഴതാ വരുന്നു
ജാതിയായി
മതമായി
മിണ്ടാതായി
കാണാതായി
ത്രിശ്ശൂലമായി
കുരിശായി
ജിഹാദായി
ബോംബായി
വാദിയായി
പ്രതിയായി
തീവ്രവാദിയായി
ആയി.... ആയി.

ചില നേരങ്ങളിൽ മരങ്ങൾ

ചില നേരങ്ങളിൽ
മരങ്ങൾ തൊട്ടടുത്തവരോട്
സ്വകാര്യം പറയാറുണ്ട്.
തിരുത്താറുണ്ട്,
കുയിലിൻ സ്വരസാധകം.
കേട്ടുനിറയാറുണ്ട്,
ഉറുമ്പിൻകുഞ്ഞുങ്ങളുടെ
മൗനഭാഷണം.
യാത്രപോകാറുണ്ട്
കുട്ടികളോടൊപ്പം മാത്രം.!
മഴയിൽ നനഞ്ഞ്,
വെയിലിൽ കുളിച്ചുകേറി,
പതുക്കെപ്പതുക്കെ
വിടർന്നുപന്തലിക്കാറുണ്ട്
ചെറുചിരികൾ.
പടർന്നാകാശമാകാറുണ്ട്
ചില ചിന്തകൾ.
തിരയാറുണ്ട്
ഇന്നലെ കണ്ടതിനെ.
നോക്കിനിൽക്കാറുണ്ട്
പുതുമുളപ്പിളർപ്പിനെ..!
ചിലപ്പോൾ സ്വകാര്യം പറഞ്ഞുപറഞ്ഞ്,
ഒച്ചവെയ്ക്കാറുണ്ട്.
പേടിച്ച് കണ്ണുപൊത്താറുണ്ട്.
തിരശ്ശീല കീറിയെത്തുന്ന
നെടുങ്കത്തിയാട്ടത്തിൽ.!
ചിലപ്പോൾ,
പച്ചപ്പകർന്നാട്ടം കണ്ട് കണ്ട്
കണ്ണടയണമേയെന്ന
പ്രാർത്ഥനയാകാറുണ്ട്.!.

തുരുത്ത്

ഉള്ളിലെ പച്ചക്കടൽ
കാട്ടുതീയെരിക്കുന്നു.
പകയാൽ പിടയുന്നു
വെന്തസ്വപ്നത്തിൻചിരി.

തൊടുത്തശരംതന്നെ
തിരിച്ചുവരുന്നേരം.
തളരുംപോരാളിക്കു-
മിരുളിൻ മറവേണം.

കീഴടങ്ങുവാൻ വയ്യ,
പിന്തിരിഞ്ഞോടാൻ വയ്യ.
അകമേ മുഖംതാഴ്ത്തി
നിൻമുന്നിലണയുന്നു.

ഒരു കീറാകാശത്തിൻ
അമ്പിളിച്ചിരിമതി.
പിടിവള്ളിയായതിൽ
പടരാതിരിക്കുമോ?

മുഖമോർമ്മിക്കുന്നീലാ,
നുരയുമപമാനം.
ശമിക്കാനിടംതന്ന
തണുപ്പേ നമസ്കാരം.

ണിം ണിം ണിം

ഉസ്കൂൾ ബസ്സിലേക്ക്
ചാടിക്കേറിപ്പോവുമ്പം
കൂടെപ്പോവാൻ
വാശിപിടിച്ചു
ഒമ്പത്മണിമഴ!
കുന്നില്ലാതായ റോട്ടിലൂടെ
ബസ്സിനു പിറകെ
കരഞ്ഞ്...കരഞ്ഞ്
കണ്ണുരുട്ടി
ഏഴുനിലമാളികനിര
ആവതും പറഞ്ഞുനോക്കി
കൂറ്റൻ മതിലുകൾ
മീട് വീർപ്പിച്ച്,
എഴുത്താണിയെടുക്കാതെ,
കരഞ്ഞോണ്ട് ഒറ്റപ്പാച്ചിലാണ്
പിടഞ്ഞ്...പിടഞ്ഞ്
കാത്തുനിൽപ്പുണ്ടാവുമൊരുവൾ!.

സാമൂഹ്യപാഠം

രവീന്ദ്രൻപിള്ളസാറിന്റെ
സാമൂഹ്യപാഠം ക്ലാസിൽ
കറങ്ങിക്കൊണ്ടിരിക്കുന്നു
ആഫ്രിക്കയും ഏഷ്യയും

തിരയും ചുഴിയും തീർക്കും
മഹാസമുദ്രനടനവും
ചുട്ടുപൊള്ളും മരുഭൂവും
ഹിമശൈത്യപ്രവാഹവും

കൺമിഴിച്ചേ നിൽക്കുന്നു
മമ്മദും ഞാനുമങ്ങനെ
ഇതിലൊരിടത്താണല്ലോ
കോട്ടക്കുന്നിന്റെ പള്ളയും

പ്രണയസംക്രാന്തി പൂവിട്ട
വർണവേലിപ്പടർപ്പിലായി
തൊട്ടുതൊട്ടുനടക്കുമ്പോൾ
ദൂരമെത്രകുറഞ്ഞുപോയി

ഗ്ലോബിൽ വന്നൊതുങ്ങീടും
പലപേച്ചുകൾ പൂച്ചുകൾ
ഉലകം ചുറ്റിക്കറങ്ങീടും
വിടർകണ്ണാലെ കൗതുകം

ചൂരൽ തൊട്ട് വിളിക്കുന്നു
ആസ്ത്രേലിയ കാണിക്കുവിൻ
വീട്ടിൽനിന്നിറങ്ങിയോടുന്നു
കാണുന്നീലയതിർത്തികൾ

കറങ്ങിക്കൊണ്ടിരിക്കുന്നു
ഭൂഗോളസമസ്യകൾ
രണ്ടുമണിയടിക്കുമ്പോൾ
കിതയ്ക്കുന്നേതുവൻകര.

വയനാടൻ സ്കെച്ചുകൾ

1
അതിവേഗത്തിലോടിപ്പോയ
പച്ചപ്പുകൾക്കിടയിൽ
റിയർവ്യൂ മിററിൽ,
ഒരു മൂക്കുത്തി വെളിച്ചം.
മെമ്മറികാർഡിൽ
ആഴത്തിൽ പതിഞ്ഞൊരു ചുംബനം.
ഹെയർപിൻ വളവുകൾ
നിവർത്തിവെച്ചീടുകിൽ
വീണ്ടും കാണുമോ?
കണ്ടാൽത്തന്നെ
മുന്നേപ്പോലിരിക്കുമോ?
സൂര്യവെളിച്ചത്തിൽ
ഇപ്പോഴും,
ചെറുചിരിയിൽ

2
എഴുന്നേൽക്കൂ...എഴുന്നേൽക്കൂ....
പഠിക്കേണ്ടേ...പഠിക്കേണ്ടേ....
പലവട്ടം പറഞ്ഞിട്ടും
തൊട്ടുതൊട്ടുവിളിച്ചിട്ടും
കോടപ്പുതപ്പിൽ
തിരിഞ്ഞ്മറിഞ്ഞ്
ചുരുണ്ട്കിടക്കുകയാണ്
താഴ്വാരം.
മുന്നിൽ നിവർത്തി നിവർത്തിവെച്ചിട്ടുണ്ട്
പല പുസ്തകങ്ങൾ

3
റോഡരികിലൊരു കൊറ്റി
ചിക്കിച്ചിക്കിയുണക്കുകയാണ്
വയലോർമ്മ

4
യൂനിഫോമിൽ,
അറ്റൻഷനായി,
അസംബ്ലിചേർന്നിരിക്കുന്നു
തേയിലച്ചെടികൾ.
ഇടയിളക്കങ്ങൾ കണ്ട്
കണ്ണുരുട്ടി പേടിപ്പിക്കുന്നുണ്ട്
ഇലവ്മരം.
ജനഗണമനതീരട്ടെ
നുള്ളി ശരിയാക്കുന്നുണ്ട്
എല്ലാറ്റിനേയും........!

5
കീടനാശിനിപ്പേമഴയിൽ
പിടഞ്ഞുവീഴും ചെറുപ്രാണങ്ങൾ
വിഷനീരാകെ ഒലിച്ചിറങ്ങി
കാട്ടരുവിയിൽ,
പൂവിൽ, കായിൽ
കാടിൻമിഴിയിൽ
വഴിയോരത്തൊരു പോസ്റ്റർ
''കാൻസർസെന്റർവേണം
മാനന്തവാടിയിൽത്തന്നെ''

6
കൈക്കുഞ്ഞുമായൊരുവൾ
ദുഃഖപ്പുതപ്പിൽ,
ആശുപത്രിയിലേക്കാവും
നിറഞ്ഞുകവിഞ്ഞുകാണാം
ജീവിതപ്പേടി

7

കീടനാശിനിപ്പുഴ
കുടിച്ച പ്ലാസ്റ്റിക് കുപ്പികൾ
തിന്നുതീർത്തുവലിച്ചെറിഞ്ഞ
പാക്കറ്റുകൾ
ഉറകൾ... ഉന്മാദങ്ങൾ...
വായ്ക്കരിയിടാനെത്താത്ത,
വിതുമ്പുമോർമ്മക്കുറിപ്പ്
വീണ്ടുമോർക്കാതിരിക്കാൻ
എല്ലാമൊഴുക്കിക്കളയാൻ
തിടുക്കം പൂണ്ട
ചിതാഭസ്മക്കൂടുകൾ.
ഒഴുകിപ്പോകുന്നീല
ജീവിതവിഴുപ്പുകൾ
ഇത്തിരിക്കണ്ണീർപ്പരപ്പിൽ
ഇറക്കിവെച്ചീടുന്നു
എള്ളും പൂവും
കുറിച്യപ്പടയുടെ വീരസ്മരണയിൽ..

ഒരു വാക്കു നോക്കിയേ...

ബെല്ലില്ലാ... ബ്രേയ്ക്കില്ലാ...
ശൂ...ന്ന്...
ഒരൊറ്റ വരവാണ് ചില വാക്കുകൾ.
ഇറങ്ങില്ല ദിവസങ്ങളോളം
ഡബിളും ത്രിബിളുമെടുത്ത്
കൈവിട്ടിറങ്ങി അമ്പരപ്പിക്കും.
മറ്റു ചിലപ്പോൾ,
ഏകാകിയായിയലയും.
പിറകിൽനിന്ന് വിസിലൂതിയാൽ,
കേട്ടഭാവം നടിക്കാതെ,
ഊടുവഴികളിലേക്ക്,
ഒടി മറയും.
സർവ്വേക്കല്ലിന് ചാരിവെച്ച്,
ചീട്ടു കശക്കുന്നുണ്ടാവും
ഒരോർമ്മ.
ഒരു ഥാറഥം
ഒരിറക്കം
ഒരു പോക്കുനോക്കിയേ,
എന്ന് നിങ്ങൾ പറയുമായിരിക്കും.

മലാല... ഓ... മലാല...!

മലാല നീ കരുത്തോടെ
പറഞ്ഞീടുക നിർഭയം
മകളേ നേരു ചോദിക്കാൻ
ലോകം നിന്നെ തുണച്ചിടും.

തോക്കിലൂടെ മതഭ്രാന്തർ,
ഭയംതുപ്പി നിരന്തരം
വാക്കിലുടെ വെളിച്ചത്തിൻ
വിത്തുവാരി വിതച്ചു നീ

പാറിപ്പറക്കും പൂമ്പാറ്റേ
സ്വാതന്ത്ര്യത്തിൻ പതാക നീ
നിനക്കു മുന്നിലാകാശം
കളിപ്പന്തലൊരുക്കിടും.

നീ വിതച്ചവയോരോന്നും
മുളപൊട്ടും സുനിശ്ചിതം
നാളെയാ സ്നേഹത്തണലിൽ
പെൺമ പൊട്ടിച്ചിരിച്ചീടും.

പാഠം ഒന്ന്-
ഒരു വിലാപം

ഉസ്കൂള് പൂട്ടിത്തുറന്നനാളിൽ
ബെഞ്ചുകളന്യോന്യം മിണ്ടിയില്ല.
കണ്ണുനിറച്ചിരുൾ മൂടിനിൽക്കും
ബ്ലാക്ക്ബോർഡ്നോക്കിയിരുന്നു ചോക്ക്.
അവനില്ലയെന്ന വിതുമ്പൽമാത്രം
ക്ലാസ്മുറിക്കുള്ളിൽ പതുങ്ങിനിന്നു.
മേഘങ്ങൾ മാടിവിളിച്ചതാകാം
വാനവർക്കാരോമലായതാകാം.
ഒറ്റക്കരച്ചിൽ മണിയടിച്ചു,
വരിവരിയായി നിറഞ്ഞകൺകൾ.
പച്ചമൈതാനപ്പരപ്പിലെങ്ങും,
മൂകംവെയിൽ തളംകെട്ടിനിന്നു.
പൊട്ടിച്ചിരിയും കുസൃതികളും
ശവപ്പെട്ടിക്കുചുറ്റുമുഴറിനിന്നു.
പള്ളിമണിക്കൂകരച്ചിൽവന്നു,
കാറ്റ്മിണ്ടാതെ തളർന്നിരുന്നു.
വേനലവധിവിശേഷമെല്ലാം
ഓർമ്മവഴിയിൽ തരിച്ചിരുന്നു.
വൃക്ഷത്തലപ്പിന്റെ തുമ്പിൽനിന്നും
കൂറ്റിരുട്ടിറങ്ങിനടക്കയായീ.
ഊതിക്കെടുത്തിയ വിളക്കിൽനിന്നും
എണ്ണയിരുട്ടിലൊലിച്ചിറങ്ങീ....

കഥയപ്പം

കഞ്ഞിത്തെളിയിൽ
പളപള മിന്നും നക്ഷത്രങ്ങൾ!
തെളിയുന്നുണ്ട് പ്രദോഷനൊയമ്പ്.
പറയുന്നുണ്ടവ;
കുടൽ വായിച്ച രാമായണകഥ.
അടരടരായി പുതയുമിരുട്ടിൽ,
ഒറ്റവിളക്കിലരങ്ങ്,
കണ്ണുമിഴിച്ച്,
മനമറിയിച്ച്,
പല വർണ്ണങ്ങൾ
പല ശില്പങ്ങൾ
വാർമുടിയാകെ അഴിച്ചിട്ടങ്ങനെ,
മോഹിപ്പിക്കും കഥകൾ
കനലിൽ ചുട്ടുപഴുത്തപ്പങ്ങൾ
കരിമ്പോത്തിന്റെ കരിന്തുട,
കിടുകിടെ,
വിറകൊള്ളുന്ന നട്ടപ്പാതിര,
മിന്നൽപ്പിണറിൽ
ഞെട്ടിയുണർന്ന്,
കട്ടിയിരുട്ടും കൂട്ടി
സമൃദ്ധയിലുണ്ടുകിടക്കും
കീറപ്പായ!
ബോധത്തിന്നുമപ്പുറമേതോ,
ഇരുളിൻ നീലക്കടലുണരുന്നു

പിന്നെ;
വന്നുപിറന്നു പുലരി
പാട്ടിൽ പാൽമണമിറ്റി
കന്നുകിടങ്ങളുമൊന്നിച്ചങ്ങനെ
അമ്പാടിയിലുമലഞ്ഞു.
കാളിയമർദ്ദനകഥയിൽ,

ഓടക്കുഴൽവിളി നാദത്തിൽ,
കടമ്പുകൾ പൂക്കും കൗമാരത്തിൽ,
കഥകൾ മുളച്ച മഹാകാശങ്ങളിൽ,
അലഞ്ഞു നടന്നു.

വിശപ്പിൻ അട്ടകൾ
തെരുതെരെവന്നു കടിക്കെ
പാട്ടിൻ തേനടരുകൾ
പിഴിഞ്ഞ്...പിഴിഞ്ഞ്..
കൈകൾ കുഴഞ്ഞ്,
മറ്റൊരു കഥയായി.

നോക്കുക,
പാതാളത്തിൻ പടവുകൾ കയറി
സ്വപ്നപ്പച്ചവരമ്പത്തൂടെ
തലമുറയുണ്ട കഥകളുമായി
നടന്നുവരുന്നുണ്ടോർമ്മപ്പെരുമാൾ.

ഓണനാളിൽ

തിരുവോണനാളുച്ച,
കാറ്ററിംഗ്കാർ കൊണ്ടുവന്ന,
ചതുർവിധ ഭോജ്യങ്ങൾ,
പേപ്പറിലയിൽ നിരത്തുന്നു.

തൊട്ട് നക്കി,
കടിച്ചുപൊട്ടിച്ച്,
ചവച്ചരച്ച്,
കുടിച്ചുതീർത്ത്,
പലപലതമാശകൾ
പരസ്പരം മൊഴിഞ്ഞ്,
തീറ്റ പൊടിപാറി..!

തീയില്ലാ പുകയില്ലാ
പലപാത്രക്കലമ്പില്ല

നടക്കാനിറങ്ങിയപ്പോൾ,
തെരുവിൽ,
നാലഞ്ചടുപ്പുകൾ,
മാനം നോക്കി,
തിളക്കുന്നു.... മണക്കുന്നു.
മറുനാട്ടുകാരാണ്
ഒന്നിച്ചവരുണ്ണുന്ന,
കാഴ്ചകാണാൻ നിന്നില്ല.
മൂന്നടി മണ്ണിൽ,
കുനുകുനെ ചെറു തുമ്പയുണ്ട്;
നിർനിമേഷം നോക്കിനിൽപ്പൂ.

കാണി

കണ്ടുനിൽക്കുക സുഖം
അതിനാൽ പേടിക്കേണ്ട
നാമൊന്നും പറഞ്ഞീല
ഇടപെട്ടളയില്ല

ഇക്കിളിപ്പെടുത്തിയാൽ
ഇളകിച്ചിരിച്ചീടും
സങ്കടപ്പെടുത്തിയാൽ
കരഞ്ഞുകണ്ണീർവാർക്കും

മനസ്സാക്ഷിയെന്നൊന്നും
വെറുതെപുലമ്പാതെ
ചുമന്നു നടക്കുവാൻ
നേരമൊട്ടുമേതില്ല

നിലപാടില്ലാത്തതാ-
ണെപ്പൊഴും വിജയത്തിൻ
മധുരമഹാമന്ത്രം
മറക്കാതോർമ്മിക്കുക

തെരുവിൽ തലതല്ലി
മരിച്ചാൽ മരിക്കട്ടെ
നോക്കിനിൽക്കുക രസം
നമുക്കില്ലല്ലോ ചേതം

ചീഞ്ഞളിയുന്നുണ്ടെന്തോ
പിടികിട്ടീടുന്നീല
പെർഫ്യൂമിൽ കുളിച്ചിട്ടും
ദുർഗന്ധമൊടുങ്ങീല

എവിടെ തിരഞ്ഞിട്ടും
കാണുവാൻ കഴിഞ്ഞീല
ഒ(അ)ഴുകും കാഴ്ചക്കുള്ളിൽ
നമ്മളുണ്ടിരിക്കുന്നു.

ശ്ശോ...

ഒരാൾ കൊല്ലപ്പെട്ടു
അത്രതന്നെ.....!
അയാളെ ഇനി കാണില്ല
അതിന്, അയാളെ ഞാൻ
ഇതിനുമുമ്പ് കണ്ടിട്ടില്ലല്ലോ.
എന്റെയാരുമല്ലല്ലോ.....!
ഞാനല്ലല്ലോ.....!
ഞെട്ടില്ല,
കിടുങ്ങില്ല.
സംഭവിച്ചതെല്ലാം നല്ലതിന്,
എനിക്കല്ലല്ലോ....
ഞാനിവിടെയുണ്ട്
ഞാൻ.....ഞാൻ
പിൻകഴുത്തിൽ,
രാകിമിനുക്കിയ ഒരിക്കിളി.
ശ്ശോ......
നാണമാവുന്നു.

സൈലൻസ്

പഠിപ്പിച്ചുകൊണ്ടിരിക്കുമ്പോൾ,
താനിപ്പോൾ മാഷല്ലെന്ന്,
മാഷിനൊരുൾവിളിയുണ്ടായി.
ഒരുപാട് മിഠായികൾ,
ചുറ്റിലും വന്ന്,
ഉമ്മവയ്ക്കാൻ തുടങ്ങി.
മുൻപ് കാണാത്ത പലതും
കൺമുന്നിൽ വിടർന്നുവന്നു.
കേൾക്കാത്തതെല്ലാം
ഒന്നൊന്നായി കാതിലെത്തി.
ഇത്ര സുന്ദരമായിരുന്നില്ല,
ലോകം,
ഇതിനുമുമ്പൊരിക്കലും.
സ്വപ്നങ്ങൾക്ക് ഇപ്പോൾ,
അയാളെ പേടിയേയില്ല.
പൂവിൽനിന്ന് പൂമ്പാറ്റകൾ
അയാൾക്ക് ചുറ്റും....!
കലപില ശബ്ദത്തിൽ,
ഭൂമി കറങ്ങിക്കൊണ്ടിരുന്നു
എന്തു മധുരമായ കറക്കം.
ബെല്ലടിക്കുന്നതുവരെ അതു തുടർന്നു.
പെട്ടെന്നൊരു ചൂരൽ,
മേശമേൽ തലതല്ലി,
പിച്ചും പേയും പറയാൻ തുടങ്ങി.

ചിത്രകൗതുകം

പുസ്തകത്തിലെ കുട്ടി
വെറുതെ ചിരിക്കുന്നു
പതുക്കെ താളിൽനിന്നും
ഇറങ്ങി നടക്കുന്നു

മറ്റു പുസ്തകത്തിലെ
ചിത്രങ്ങൾ കണ്ടീടുവാൻ
നിവർത്തി നോക്കീടുവാൻ
പരത്തി വായിക്കുവാൻ

കളർച്ചിത്രങ്ങൾ നോക്കി
കൗതുകം കനക്കുന്നു
കഥയുണ്ടിരിക്കുന്നു
കവിത മൂളീടുന്നു

കുട്ടികൾ റാക്കിൽനിന്നും
തുള്ളിയിറങ്ങീടുന്നു
മുഴങ്ങീ, പൊട്ടിച്ചിരി
കൂവലും തിമർക്കലും

പല നാട്ടുകാരവർ
പല വേഷത്തിൽ കാണാം
പുറത്തേക്കിറങ്ങുന്നു
മഴയിൽ തുള്ളിച്ചാടാൻ

വായനശാലയ്ക്കകം
ടാഗോറും വള്ളത്തോളും
ഹ്യൂഗോവിനൊപ്പം പൊട്ടി-
ച്ചിരിച്ചു മറയുന്നു

ഒരുറക്കത്തിൽ നിന്നും
ഞെട്ടിയുണരും നേരം
ചിതറിക്കിടക്കുന്നു
പുസ്തകമഹാരണ്യം

ഹ... ഹ... ഹ... ഹ...
ഹി... ഹി... ഹി... ഹി...

ഈപെണ്ണുങ്ങളുടെ ഒരു കാര്യം
ഗൗരവമായ ചർച്ചകളൊന്നും
അവറ്റകളെ മുൻനിർത്തി
പറ്റില്ലെന്നേ...
പൊന്നേ.. കരളേ...
തേനേ... പാലേ....
ചക്കരേ.. എന്ന് വിളിക്കുന്നതിൽ
തെറ്റൊന്നുമില്ല.
കാഴ്ചയ്ക്കും വേഴ്ചയ്ക്കുമാവാം,
വാഴ്ചയ്ക്ക് ഇവറ്റകളെ
പറ്റില്ല..പറ്റില്ല...
ഇപ്പോൾത്തന്നെ നോക്കൂ,
തിക്കായി...
തിരക്കായി...
തിര..തിരക്കായി..
ജ്വരത്തിനിടയിലായി
പുസ്തകം വായിക്കാൻ കൂടി,
സമയമില്ലാതായി
ഇല്ലാതായി....
ഇതിനിടയിൽ,
ചത്തുപോയ പെണ്ണ്,
ഹ... ഹ... ഹ...
ശരീരത്തിലെ മുറിവുകൾ,
ഹ... ഹ... ഹ...
ഭ(ക)ർത്താവായ എനിക്ക്
സംശയമേയില്ല,
മകനില്ല,
ബന്ധുജനങ്ങൾക്കില്ലേയില്ല.
ഈ നേരമല്ലാത്ത നേരത്ത്,
അതും പൊന്നുരുക്കുന്നേടത്ത്
പൂച്ചകളെക്കുറിച്ച്

ഒരു ചർച്ചയുമില്ല.
ശരി... ശരി...
നമുക്കു കാണാം
അല്ലയല്ല
കാണണം
(അനന്തരം മൂളിപ്പാട്ടും പാടിക്കൊണ്ട്)
ധീരോദാത്തൻ,
അതിപ്രതാപഗുണവാൻ,
വിഖ്യാതവംശൻ,
ധരാപാലൻ,
സുസ്മേരസുന്ദരകളേബരനൊരുവൻ
നായകൻ എഴുന്നള്ളുന്നേ..!

കുമ്പ-സാരം

കുമ്പയ്ക്കുണ്ടോ വല്ല കൂസലും
കാണക്കാണെ വളരുന്നു
ഉണ്ട്, കണ്ട്, കഴിയുന്നു
കുമ്പയ്ക്കുചുറ്റും പ്രകാശമുണ്ടെങ്ങുമേ...!

ബെൽട്ടിട്ട് മുറുക്കി,
XXL ഷർട്ടിട്ടു.
യോഗ നല്ലതെന്ന് മിത്രങ്ങൾ
യോഗമാണെന്ന് കുശുകുശുപ്പ്

എന്ത് കുന്തമായാലും
മെരുക്കി മിനുക്കി
ഉള്ളതിൽ കവിയാഞ്ഞാൽ
തെല്ലലങ്കാരം....
എന്നിട്ടുവേണം
ഒന്നു
കു..മ്പ..സാ..രി..ക്കാ..ൻ...!

ഗൃഹ–ആതുരത

വെളിച്ചത്തിൽ കുളിച്ചുനിൽക്കുന്ന വീട്
മനോഹരമായ ഒരു ഇതിവൃത്തമാണ്.
ഒറ്റമാത്രയിൽത്തന്നെ,
പലമുറികളടങ്ങിയ രൂപകം.
രണ്ടു നിലയിൽ പണിത ഗൃഹാതുരത.
നിങ്ങളൊരു കാല്പനികനാണെങ്കിൽ
ഞാൻ മുന്നിൽ, ഞാൻ മുന്നിൽ
എന്ന് തിക്കിത്തിരക്കുന്നുണ്ടാവും
മാലോപമകൾ.....
രണ്ടു പുറത്തിൽ കവിയാതെ
ഉപന്യസിക്കുകയുമാവാം.
എന്നാൽ,
ഉത്തരങ്ങൾക്കും
ഉത്തരവുകൾക്കുമിടയിൽ,
രണ്ടു പാവങ്ങ(ക)ൾ,
അതിനകത്തുണ്ടെന്ന്,
ഓർക്കാതിരിക്കുന്നതെങ്ങനെ?

പ്ര(പ)ണയം

പ്രണയ കവിതകളെല്ലാം
സ്ട്രോവെച്ച്,
ഒറ്റവലിക്ക് കുടിച്ച് തീർത്തു.
പഴയ സിനിമാ ഗാനങ്ങൾ,
നസീറും ഷീലയും
ജയഭാരതിയും ശാരദയും
മഞ്ഞണിപ്പൂനിലാവും പേരാറ്റിൻകരയും
കടാപ്പുറത്തുപോയി,
വറുത്തുകൊറിച്ചു.
'കടലേ നീലക്കടലേ'
എന്ന ഗാനം മാത്രം
വീണ്ടും വീണ്ടും തിരയടിച്ചു.
പൊറുതിമുട്ടിയപ്പോൾ,
'പൊട്ടിപ്പെണ്ണേ' എന്നു പറഞ്ഞ്,
വലയിൽ കുരുക്കി,
ഗ്രീൻ ചാനലിൽ കയറ്റിയയച്ചു.
"Sin A മറന്നാലും
Cos A മറന്നാലും
N A മറക്കരുത്"
ഓട്ടോഗ്രാഫിൽ നിന്നും
f b ലെത്തിയപ്പോൾ,
കൊത്തിക്കൊത്തിയെടുത്ത്,
തൊലിയുരിച്ച്,
ചെറുതായരിഞ്ഞ്,
മസാലചേർത്ത് രുചിച്ചു.
"പല പല മെസേജുകൾ വന്നൂ വന്നതിൽ
'പ്രണയം' കണ്ടു നടുങ്ങി ഞാൻ"

രണ്ടച്ഛന്മാർ

''എന്റെ നിഷ്ക്കളങ്കനായ കുഞ്ഞിനെ നിങ്ങളെന്തിനാണ് മഴയത്ത് നിർത്തിയിരിക്കുന്നത്'' പ്രൊഫ.ടി.വി.ഈച്ചരവാര്യർ

ഇനി പറയുക ക്രൂരം സത്യം
വെൺകൊറ്റക്കുടയില്ല മറയ്ക്കാൻ
അകമ്പടിയില്ല, തൃഷ്ണയിലങ്ങനെ
തേരോടിക്കാൻ നിർവൃതിയില്ല.
കെട്ടുകളില്ല, പരേതർ നമ്മൾ
പകയുടെ കനലുകൾ കെട്ടവരല്ലോ

കരുണം സത്യവെളിച്ചം മാത്രം
കൂട്ടായി നമ്മോടൊപ്പം പോരും
രണ്ടച്ഛന്മാർ മുഖാമുഖമിങ്ങനെ
ഒരു ചോദ്യത്തിൻമുന്നിലിരുന്നു
അധികാരത്തിൻ രഥചക്രങ്ങൾ
തരുണാസ്ഥികളെയൊടിച്ചുചതച്ചു

നിലവിളിയുതിരും വീഥിയിലൂടെ
ചോരയിൽ മുങ്ങിമറഞ്ഞൂ സൂര്യൻ
മകനെക്കാത്തുടൽ വെന്തൊരു കാലം
പതിയെപ്പതിയെ നടന്നുമറഞ്ഞു
വരുമെന്നോർത്തിലയിട്ടിരുമിഴികൾ
മറവിയിൽമുങ്ങി പടികളിറങ്ങി

ക്രോധത്തിന്റെ മഹാഗ്നിജ്വാലകൾ
വേദനതിന്നു തണുത്തുമലച്ചു
ചാരംമൂടിയ കനലുകൾപോലും
അണഞ്ഞിരുൾമാത്രം കൂടെപ്പോന്നു
ഇനി പറയാം ക്രൂരം സത്യം
മൃതിയൂട്ടുന്ന ജീവിതവഴികളിൽ

പലതാണെന്നാൽ, പറയാമല്ലോ
കേൾക്കാം നിസ്സംഗതയാണിവിടം

മൗനം തിന്നു വീർത്തൊരു ചുണ്ടുകൾ
മെല്ലെ പറയാൻ വെമ്പീടുന്നൂ
വ്രണിതം, മോഹപരമ്പരയാകെ
കെട്ടുകഴിഞ്ഞോരുടലിൽപ്പോലും
ചുടുനെടുവീർപ്പുകൾ തുടരെത്തുടരെ
ക്രൂരം സത്യം, ഭയാനകദൃശ്യം.

വമ്പുകളേറി നടന്ന ദിനങ്ങളിൽ
ഞാനാ ലഹരിയിൽ മേഞ്ഞുനടന്നു
കൂടെക്കൂടിയ ദാസ്യപ്പടയുടെ
ഗ്വാ...ഗ്വാ... വിളികൾ അരങ്ങിൽ നിറഞ്ഞു
കൊന്നവരെന്നുടെ പ്രിയദാസന്മാർ
അന്ധതയെന്നെ വന്നുപൊതിഞ്ഞു
ദാഹിച്ചന്നുകുടിച്ചതു ചോര
തിന്നതു കുഞ്ഞുങ്ങളുടെ ശരീരം.

വൈതാളികരുടെ വാക്കുകളെന്നിൽ
കുളിരുനിറച്ചു സുഖമധികാരം
മുന്നിൽവന്നു കുനിഞ്ഞ ശിരസ്സിൽ
ആഞ്ഞുചവിട്ടി രസിച്ചധികാരം
ഒടുവിൽ ഞാനാ നിലവിളി കേൾക്കേ
രാവിലുറങ്ങാതായി, പുറത്ത്
ചിരിച്ചുനടന്നു, കണ്ണുമിറുക്കി
ഉൾക്കണ്ണാകെ കലങ്ങിമറിഞ്ഞു.
പേരില്ലാത്തവർ നാവില്ലാത്തവർ
വാതിൽമുട്ടി വിളിക്കുകയായി
മലമൂത്രങ്ങളണിഞ്ഞുവരുന്നവർ

രാവിൽ കൂടെയുറങ്ങാനെത്തി
മദയാനകളായി അലറിവരുന്നവർ
മഞ്ഞിൻകരടികളായെത്തുന്നവർ
ചോരയിൽനിന്നുമുയർന്നു ചോദ്യം
കാഴ്ചകൾ ഭീകരബീഭത്സങ്ങൾ

നിന്നുവിയർത്തു പരേതൻ പാവം!
കൂടെയിരുട്ടും നിഴലും മാത്രം
ഒടുവിൽവന്നു താങ്ങായപരൻ
സത്യംപോൽ മറ്റേതു വെളിച്ചം.

മധ്യാഹ്നം

അമ്പതോടടുക്കുമ്പോൾ
മിഴികൾ കിതയ്ക്കുന്നു
കടന്നുപോയീലെത്ര
മഴവിൽക്കമാനങ്ങൾ.

ഭ്രാന്തയൗവനം ചാടി-
ക്കടന്ന സമുദ്രങ്ങൾ
കയ്യെത്തിപ്പിടിക്കുവാ-
നാഞ്ഞ സാഹസവീര്യം.

കുഴഞ്ഞുവീണാൽപ്പോലും
പിൻമടങ്ങുവാനില്ല
തുടിക്കും ചൈതന്യത്താൽ
പരിഹാസത്തെ വെന്നു.

തൂമിന്നൽക്കൊടിയിലും
കരുത്തിൻ ചിരികണ്ടു
ഇരുൾമൗനത്തിൽപ്പോലും
തെളിനീർത്തടാകങ്ങൾ.

പൊരിഞ്ഞവേനൽക്കാലം
നടന്നുതീർക്കാൻ സുഖം
തിമർത്തുപെയ്യും മഴ
കിനാവിന്നുടുപ്പായി.

തീവളയങ്ങൾ നൂണു-
നൂണു നാം കടക്കുന്നു
പാതിവെന്തുപോയെന്നു
നാമറിഞ്ഞതേയില്ല.
നുണഞ്ഞമാധുര്യത്താൽ
തളർച്ചയറിഞ്ഞീല

കുടിച്ച കൊടുംകയ്പ്പാൽ
മധുരം കൂടീലല്ലോ.

പച്ചയെ വലിച്ചൂറ്റി-
ക്കുടിച്ച കെടുകാലം
താങ്ങിയ കണ്ണീർക്കറ
ഉടുപ്പിൽമായുന്നീലാ.

പതുക്കെപ്പതുക്കെയെ-
ന്നിടറീടുന്നു കാൽകൾ
കിതച്ചുപിൻവാങ്ങുന്നു
ചെറുകുന്നുകൾ മുന്നിൽ.

കുന്നുകൾ കയറുവാൻ
തിടുക്കം മകനിപ്പോൾ
കിതയ്ക്കും കാലം നെഞ്ചിൽ
കൗതുകം വിതയ്ക്കുന്നു.

പള്ളിക്കൂടത്തിൽനിന്ന് വീണ്ടും*

നരച്ച ആകാശം നോക്കി,
ചുവന്ന കൊടി വേണമെന്ന്,
മകൻ വാശി പിടിക്കുന്നു.
ചുകപ്പ് മാഞ്ഞ് മാഞ്ഞ്,
വെളുപ്പായെന്ന് നീ
ഏതു നിറമുള്ള കൊടിയും
ഒന്നാണെന്നും
ഒരൊറ്റ വേദാന്തമാണെന്നും
നീട്ടിവലിച്ച് ഞാൻ.
എല്ലാം അസ്തമിച്ചില്ലേയെന്ന്,
ചൂണ്ടുവിരൽ
ഓരോ തുള്ളിച്ചോരയിൽനിന്നും
ഒരായിരം മുതലാളിമാരെന്ന്,
ചാനൽക്കിതപ്പ്.
ഏതു ശരി...
ഏതു തെറ്റ് എന്ന്,
ഉൾപ്പിളർപ്പ്.
ഒടുവിലവൻ,
കഴുത്തിലെ ചുവന്ന ടൈ,
അഴിച്ചെടുത്ത്,
വാനിലുയർത്തി വീശി
ചുവന്നുതുടത്തു ആകാശം.

* റഫീക്ക് അഹമ്മദിന്റെ നീ പോയ് പഠിച്ച് വരുമ്പോഴേക്കും എന്ന കവിത വായിച്ചപ്പോൾ.

വേനൽക്കിനാവ്

വെയിൽവന്നുണക്കിമടക്കിവെച്ചു
മഴയത്തുടുക്കുവാൻ പുടവയൊന്ന്.
മണിമണിയായി കിനാവുകാണാൻ
കണിക്കൊന്ന പൊട്ടിവിടർന്നിടുന്നു.
മാവിലും പ്ലാവിലുമുത്സവത്തിൻ
തേൻകനിയടിമുടി കായ്ച്ചുനിന്നു.
എത്രതെളിഞ്ഞ് ചിരിച്ചിടുന്നു
വേനലിൻമേളം മുഴക്കിവാനം.
ഒറ്റമഴവന്നുപോയീടിലും
മറക്കില്ല നീ തന്ന മധുരമൊന്നും.
ഈമ്പിക്കുടിച്ച വാത്സല്യമിന്നും
അടരടരായുള്ളിൽ വാസനിച്ചു.
ഉപ്പുനിറച്ചോരുകണ്ണിമാങ്ങ
കർക്കിടകത്തിലും കൂടെയുണ്ട്.
ഓർമ്മകളെല്ലാം കുരുത്ത വേനൽ
വാടാതെയുള്ളിൽ തളിർത്തിടുന്നു.
ഞാനതിൻ തളിരിലയിറുത്തുവെച്ചു
കവിതയിൽ, കാറ്റേയെടുത്തുകൊൾക.
കടലിനുനൽകിനീ പറയുകില്ലേ
മണ്ണിൽ കിളുർത്ത വേനൽക്കിനാവ്.

പ്ലാവമ്മ

കടിഞ്ഞൂൽ കായ്ച പ്ലാവേ
നീയാണു വിഷുക്കണി
കളിമ്പം തുളുമ്പീടും
രണ്ടോമൽക്കിടാങ്ങളാൽ
കന്നിപ്പെണ്ണായി വന്നു
കുണുങ്ങി നിന്ന ഓർമ്മ
പച്ചപ്ലാവിലത്തുമ്പിൽ
തങ്ങിനില്പുണ്ടിപ്പൊഴും.
അമ്മപ്ലാവും മാവുമുണ്ട്
നിന്നെക്കാണാനോമനേ
വേലി പൂത്തിരിക്കുന്നു
കണിക്കൊന്നക്കാഴ്ചയാൽ
നിന്നെ പകർത്തീടുന്നു
മെമ്മറിക്കാർഡിലേയ്ക്കായി
സെന്റുചെയ്തു കുളിർക്കട്ടെ
വിഷുക്കാഴ്ചയാൽ മനം.
ഇൻബോക്സിൽ ആശംസകൾ
നിറഞ്ഞു കവിഞ്ഞാലും
നിന്നിലപ്പച്ച കണ്ടാൽ
പൂക്കും സ്നേഹസൗഹൃദം
അമ്മച്ചന്തമേ നിന്നെ
വിഷുക്കണി കാണുകിൽ
മധുരം ചുരത്തീടും
കാഞ്ഞിരമരക്കാലം.

പിന്നെ.......?

പെരുമാൾമുരുകൻ പിന്നെ
എന്തുചെയ്യേണം കൂട്ടരേ
കഴുത്തിൽ പിടിമുറുക്കുമ്പോൾ
എഴുത്തിനെന്തുചെയ്യുവാൻ

വാളും ശൂലവും തോക്കും
വിചാരണ നടത്തവേ
പെരുമാൾ മുരുകൻ പിന്നെ
എന്തുചെയ്യേണം കൂട്ടരേ

പുസ്തകം വായിക്കാത്തോർ
ചെങ്കോലേന്തിനടക്കുകിൽ
ജാതിയും ജാത്യാഭിമാനവും
നിയമമായി ഭരിക്കുകിൽ
പെരുമാൾമുരുകൻ പിന്നെ
എന്തുചെയ്യേണം കൂട്ടരേ

പെരിയോർകളെപോലെ
മുന്നേ പോയ മനുഷ്യരെ
ഇന്ന് കാണാതിരിക്കുമ്പോൾ
എന്തുചെയ്യേണം കൂട്ടരേ

ഇളങ്കോവടികളിന്നില്ല
ഭാരതീയാർ കടന്നുപോയി
ഒറ്റച്ചില്ലമ്പുമായി വന്നില്ല
പുരമെരിക്കുന്ന കണ്ണകി

കഥ നിർത്താൻ പറഞ്ഞീടിൽ
തീരില്ലൊരെറ്റ ജന്മവും
ഒരു വെട്ടം കെട്ടുപോയാൽ
ഇരുളിലാഴില്ല ഭൂമിയും

പിൻകഴുത്തിൽ വാളുരുമ്മേ
ഭയം വിട്ടെഴുതുവതെങ്ങനെ?

കുടം വിട്ട് ദുർഭൂതം
സിംഹാസനമേറിയാൽ
കണ്ണടച്ച്വാഴ്ത്തീടാൻ
പെരുമാൾമുരുകനാകുമോ?

കുത്തിപ്പൊട്ടിച്ച പേനയിൽ
തിളക്കും ജീവരക്തമേ
പല പേന നിറഞ്ഞാടി
വീണ്ടെടുക്കുക കണ്ണുകൾ.

ഓർമ്മകൾ പ്രതിരോധങ്ങൾ

- വി.യു. സുരേന്ദ്രൻ

തികച്ചും വ്യത്യസ്തമായ വഴികളിലൂടെ സഞ്ചരിക്കുന്ന നീർച്ചാലുകളാണ് പുതുകവിതകൾ. പുതുകാലത്തിന്റെ സൂക്ഷ്മ ചലനങ്ങളെ അടയാളപ്പെടുത്തുന്ന ഓരോ പുതുകവിയും ഓരോ അനുഭവമണ്ഡലങ്ങൾക്ക് ആഖ്യാന രൂപം നൽകിക്കൊണ്ട് അവരവരുടേതായ കാവ്യ ലോകങ്ങളിലേക്ക് സഞ്ചരിക്കുന്നു. വൈവിധ്യങ്ങളും സംഘർഷങ്ങളും നിറഞ്ഞ ആധുനികോത്തര കാലത്തിന്റെ അനുഭവകാഴ്ചകളാണ് പുതുകവിത. മാറിയ കാലത്തിന്റെ സങ്കീർണ്ണാനുഭവങ്ങളെയും ഭാവപ്പകർച്ചകളെയും ഓരോ കവിയും വ്യത്യസ്ത രൂപഭാവങ്ങളിൽ ആഖ്യാനം ചെയ്യുന്നു. അതിനാൽ ഓരോ പുതുകവിതയും പുതുലോക ജീവിതത്തിന്റെ വ്യത്യസ്തങ്ങളായ ആവിഷ്കാര രൂപങ്ങളാണ്. ഈ വൈവിധ്യം തന്നെയാണ് ഇന്നത്തെ പുതുകവിതയുടെ പ്രധാന സവിശേഷത. ആധുനികോത്തര കാലത്തിന്റെ ഭാവുകത്വ മാറ്റത്തെ കവിതയിൽ അനുഭവിപ്പിക്കുന്ന പുതുതലമുറ കവികളിലെ ശ്രദ്ധേയ സാന്നിധ്യമാണ് മാധവൻ പുറച്ചേരി.

1980 കളുടെ മധ്യത്തോടെ കവിതയിലേക്കു കടന്നുവന്ന മാധവൻ പുറച്ചേരിയുടെ കാവ്യ സങ്കല്പങ്ങളിൽ മറ്റു കവികളിൽ നിന്നും വ്യതിരിക്തമായൊരു കാവ്യരചനാ പദ്ധതിയും സൗന്ദര്യാവബോധവും തെളിഞ്ഞുകാണാം. കളിയച്ഛൻ, ജനുവരി, പഞ്ചനാദം, സാന്ത്വനതീരം, ശനിദശ'തുടങ്ങിയ ആദ്യകാല കവിതകളെല്ലാം തന്നെ 1980 കളുടെ രാഷ്ട്രീയ സാംസ്കാരിക ജീവിതാവസ്ഥയെയും കാവ്യാന്തരീക്ഷത്തെയും എഴുതുന്നവയാണ്. കെ.ജി. ശങ്കരപ്പിള്ള, സച്ചിദാനന്ദൻ, കുരീപ്പുഴ ശ്രീകുമാർ, എസ്. രമേശൻ, മുല്ലനേഴി, മണമ്പൂർ രാജൻ ബാബു, കുഞ്ഞപ്പ പട്ടാനൂർ തുടങ്ങിയ മുൻതലമുറയിലെ കവികളുടെ രാഷ്ട്രീയ വൽക്കരിക്കപ്പെട്ട ആധുനിക ഭാവുകത്വത്തെയും കാവ്യ പാര

മ്പര്യത്തെയും നെഞ്ചിലേറ്റുന്ന ആധുനികോത്തര കവികളിലൊരാളാണ് മാധവൻ പുറച്ചേരി.

കീഴ്മേൽ മറിഞ്ഞ ലോകവും നമുക്കു ചുറ്റുമുള്ള സമൂഹവും അതിന്റെ മുഴുവൻ സംഘർഷാത്മകതകളോടെ കവിതയിലേക്ക് പ്രളയ വേഗത്തോടെ ഒഴുകിയെത്തുമ്പോൾ അവയ്ക്കു നേരെ വൻ മതിലുകൾ പണിതുയർത്തി വൈയക്തികാനുഭൂതികളെ മാത്രം ആവിഷ്കരിക്കുന്നവയല്ല പുറച്ചേരിയുടെ കവിതകൾ. കേരളീയ ജീവിതം നാൾക്കുനാൾ കലങ്ങി മറിയുമ്പോൾ കവിതയ്ക്കു മാത്രം തെളിനീരായി ഒഴുകാനാവില്ലല്ലോ.

മാധവൻ പുറച്ചേരിയ്ക്കു കവിതാ രചന ഒരു ഉയർന്ന സാംസ്കാരിക പ്രവർത്തനവും രാഷ്ട്രീയ പ്രയോഗവുമാണ്. എന്നാൽ കക്ഷി രാഷ്ട്രീയത്തിനു വേണ്ടി കവിതയുടെ സൗന്ദര്യാത്മകതയെ ഈ കവി കയ്യൊഴിയുന്നില്ല. ശക്തമായൊരു രാഷ്ട്രീയ നിലപാട് കവിതകളിൽ ഉയർത്തിപ്പിടിക്കുന്നവർ പുതു കവികളിൽ അപൂർവ്വമാണ്. ഭൂരിഭാഗം പുതുകവികളും അവനവന്റെ ലോകത്തെയും ചുറ്റുപാടുകളെയും ചെറിയ ഇടങ്ങളെയും മാത്രം എഴുതുന്നവരാണ്. ആഗോള മുതലാളിത്തത്തിന്റെ അധിനിവേശങ്ങളും നവ കൊളോണിയൽ/ലിബറൽ സമീപനങ്ങളിലെ ചതിക്കുഴികളും പുതിയ കവികളെ വ്യാകുലപ്പെടുത്തുന്നില്ല. എന്നാൽ അവനവന്റെ പരിസരങ്ങളെയും അനുഭവകാഴ്ചകളെയും മാത്രം എഴുതുന്നപോലെ പുതുകവിതയ്ക്കകത്ത് മറ്റനേകം അടരുകളും നിലനില്ക്കുന്നു. പാർശ്വവൽക്കരിക്കപ്പെട്ട ദളിത് / സ്ത്രീ / പരിസ്ഥിതി കാവ്യ ഭാവുകത്വവും രാഷ്ട്രീയ പ്രതിരോധങ്ങൾ ഉയർത്തുന്ന കാവ്യാഖ്യാന രൂപങ്ങളും പുതുകവിതയ്ക്കകത്തെ ശക്തമായ ധാരകളാണ്.

ആധുനികാനന്തര കാലത്തെ കമ്പോള മുതലാളിത്തത്തിന്റെ അധിനിവേശ രാഷ്ട്രീയത്തോടും നവകൊളോണിയൽ പ്രത്യയശാസ്ത്രത്തോടും എതിരിടാൻ കവിതയിൽ സൗന്ദര്യാത്മകമായി പ്രതിരോധ ശില്പങ്ങൾ തീർക്കുന്ന കവിയാണ് മാധവൻ പുറച്ചേരി. 'പ്രവാസിയുടെ മൊഴികൾ'(1993) എന്ന ആദ്യ സമാഹാരത്തിൽ നിന്നും 'പെയിൻ കില്ലർ'ലേക്ക് (2006) എത്തുമ്പോഴേക്കും മാധവന്റെ കാവ്യ ഭാവുകത്വത്തിലും കാവ്യ സൗന്ദര്യാവബോധത്തിലും വൻ കുതിച്ചു ചാട്ടം തന്നെ കാണാം. 1990 കളോടെ മലയാള കവിതയിൽ അനുഭവപ്പെടുവാൻ തുടങ്ങിയ ഭാവുകത്വ മാറ്റത്തെയും ആധുനികോത്തര കാവ്യ സൗന്ദര്യാവബോധത്തെയും സൂക്ഷ്മമായി മാധവൻ പുറച്ചേരിയുടെ കവിതകൾ അടയാളപ്പെടുത്തുന്നു. ഇക്കാലത്തു കേരളത്തിന്റെ സാമൂഹ്യ രാഷ്ട്രീയ സാംസ്കാരിക മണ്ഡലങ്ങളിലെല്ലാം അനു

ഭവപ്പെടുവാൻ തുടങ്ങിയ പുതിയ ഭാവുകത്വ മാറ്റത്തിന്റെ എഴുത്തുകളാണ് തപാൽപെട്ടി, 'യുവർ ഓണർ,' വയൽ പറയുന്നത്, ദി ആർട് ഓഫ് ലിവിങ്ങ്, കവികൾക്ക് വെടിയേൽക്കാതിരിക്കുന്നത്, കൽക്കണ്ടം, ട്രാഫിക് കവിതകൾ, നില്പ്, ഛെ ഛെ... ചില കുറിപ്പുകൾ, തുമ്പപ്പൂ ഡോട്ട് കോം'ദേശപോഷിണി വായനശാല ചരിത്രം വായിക്കുകയാണ്'ഇടശ്ശേരി-ചിലകാലവിചാരങ്ങൾ' തുടങ്ങിയ കവിതകൾ.

II

ആഗോളവൽക്കരണത്തിന്റെയും നവകൊളോണിയലിസത്തിന്റെയും കടന്നാക്രമണം കേരളത്തിന്റെ രാഷ്ട്രീയ സാംസ്കാരിക സാമ്പത്തിക ജീവിതത്തെ കൂടുതൽ പ്രതിസന്ധിയിലാക്കി. വാർത്താ വിനിമയ രംഗത്തെയും ആധുനിക വിവര സാങ്കേതിക വിദ്യകളുടേയും വൻ കുതിച്ചു ചാട്ടം നമ്മുടെ ജീവിതാവസ്ഥയെ സങ്കീർണ്ണമാക്കുവാൻ തുടങ്ങി. ടി.വി, മൊബൈൽ, ഇന്റർനെറ്റ്, ബ്ലോഗുകൾ, ഫെയ്സ്ബുക്ക്, എസ്.എം.എസ്. വിപ്ലവങ്ങൾ, ഓർക്കൂട്ടുകൾ തുടങ്ങിയ ഇലക്ടോണിക്സ് രംഗത്തെ മുന്നേറ്റങ്ങൾ നമ്മുടെ ജീവിതത്തെ എങ്ങിനെ അഴിച്ചു പണിതുവെന്ന് വ്യക്തമാക്കുന്നു 'തപാൽ പെട്ടി' എന്ന കവിത. മൊബൈൽ ഫോൺ വന്നതോടെ കത്തുകളും പ്രണയ ലേഖനങ്ങളും ഏകദേശം അവസാനിച്ചു. പ്രണയ ലേഖനങ്ങൾ എഴുതി ഒറ്റയ്ക്കിരുന്ന് വായിച്ച് പ്രണയ സങ്കല്പങ്ങളുടെ മേഘപ്പാളികളിൽ കയറി സഞ്ചരിച്ച ആ തലമുറ ഇന്നില്ലാതായി. പ്രണയിക്കുന്നവരുടെ നെടുവീർപ്പുകളും തൊഴിലില്ലാത്തവന്റെ അസ്വസ്ഥതകളും വേദനകളും കുടുംബ പ്രാരാബ്ധങ്ങളും വീർപ്പുമുട്ടിച്ചിരുന്ന എഴുത്തുകൾ കൊണ്ടു നിറഞ്ഞിരുന്ന തപാൽ ഉരുപ്പടികൾ ഇന്നു തപാൽ പെട്ടികളിൽ എത്തുന്നില്ല. മാസികകളും ബാങ്കു നോട്ടീസുകളും കുറിക്കമ്പനിക്കാരുടെ അറിയിപ്പുകളും മാത്രമാണ് തപാൽപെട്ടികളിലെ വിരുന്നുകാർ. എല്ലായിടത്തും തപാൽ പെട്ടികൾ തുരുമ്പെടുത്തു കിടക്കുന്നു. സമൃതിനാശം വന്നിട്ടില്ലാത്തതപാൽ പെട്ടി,റിലയൻസ്, ഐഡിയ, ഇ മൈൽ, ഇന്റർനെറ്റ്, വിസ്മയങ്ങളെ ശപിച്ച്പ്രണയമില്ലാതെതുരുമ്പു പിടിച്ചു നിൽക്കുന്നു. ഒരൊറ്റ നെടുവീർപ്പെങ്കിലുംകിട്ടിയിരുന്നുവെങ്കിൽ പൂത്തുലയാമായിരുന്നു(തപാൽ പെട്ടി)

ഹൃദയം കൊണ്ടുമാത്രം വായിച്ചിരുന്ന തപാൽ ഉരുപ്പടികൾ നിറഞ്ഞിരുന്ന തപാൽ പെട്ടികൾ അനാഥമാവുമ്പോൾ യഥാർത്ഥത്തിൽ വിസ്മൃതിയിലാകുന്നത് ചരിത്രത്തിന്റെയും ഇക്കാലംവരെയുള്ള ജനതയുടെയും ഒരായിരം ഓർമ്മകളാണ്. പ്രതീക്ഷകളുടെയും വേദനകളുടെയും പ്രണയത്തിന്റെയും അടയാളങ്ങളാണ്

തപാൽപെട്ടികൾ. പുതിയ തലമുറക്ക് തപാൽപെട്ടിയെ തിരിച്ചറിയാനാവില്ല. ആധുനികാനന്തര കാലം വരെ ജനസമൂഹത്തിന്റെ നെഞ്ചിടിപ്പും ഹൃദയ രേഖയുമായിരുന്ന തപാൽപെട്ടി ഈ നൂറ്റാണ്ടോടുകൂടി വിസ്മൃതിയിലാകുന്നു. കുട്ടികൾക്ക് തപാൽ പെട്ടി കേവലം ഒരു കളിപ്പാട്ടം മാത്രമായി മാറുന്നു. തപാൽ മാർഗ്ഗം ഒരു പ്രണയവും ഇന്നു പൂത്തുലയുന്നില്ല. അക്കാലം ഓർമ്മകൾ മാത്രമായി.കുട്ടികൾ ചരൽ വാരിതപാൽ പെട്ടിയിലിട്ടു; അവരറിയുമോഅമ്മ അച്ഛനെഴുതിയകത്തുകൾ(തപാൽ പെട്ടി)

ഈ വരികളിൽ മുഴങ്ങുന്നത് വലിയൊരു കാലഘട്ടത്തിന്റെ ചരിത്രമാണ്. ഇക്കാലംവരെ വേദനിച്ചും ജീവിച്ചും പ്രണയിച്ചും പോന്ന തലമുറയുടെ ഓർമ്മകളാണ്. ഇത്തരം അടയാളങ്ങളുടെയും ഓർമ്മകളുടെയും ചരിത്രവൽക്കരണത്തിന്റെ സൂക്ഷ്മ എഴുത്താണ് മാധവൻ പുറച്ചേരിയുടെ കവിതകൾ.

മാധവന് കവിത ഒരു വിനോദമോ ആത്മാവിഷ്കാരത്തിനുള്ള ആഖ്യാന രൂപമോ അല്ല. കാലത്തിന്റെയും ചരിത്രത്തിന്റെയും പ്രതിസന്ധികളോട് പോരടിക്കുന്നതിന് ഓർമ്മകളെയും ചരിത്രാവബോധത്തെയും ഈ കവി വായിച്ചെടുക്കുന്നു. ഓർമ്മകൾ മൂർച്ചയേറിയ ഒരു സമരായുധമായി മാധവൻ പുറച്ചേരിയുടെ കവിതയിൽ ഉണർന്നിരിക്കുന്നു. ആഗോളതയുടെ കാലത്ത് നമുക്കു നഷ്ടപ്പെട്ടുകൊണ്ടിരിക്കുന്ന മുഴുവൻ ഓർമ്മകളെയും മൂല്യ സങ്കല്പങ്ങളെയും വീണ്ടെടുക്കാനുള്ള ധീരശ്രമങ്ങളാണ് മാധവന്റെ കവിതകൾ.

നവകൊളോണിയൽ അധിനിവേശത്തോടെ ശകലീകൃതരായ മനുഷ്യാവസ്ഥയുടെ ധർമ്മസങ്കടങ്ങളും ആത്മരോദനങ്ങളും ഈ കവിതകളിൽ കേൾക്കാം. കനൽ വാരിവിതറിയ വഴികളിൽ ഇന്നലെ ജീവിതപന്തം പേറി നടന്ന, വഴിയിലെ പൂമരങ്ങൾക്കു കാവൽനിന്ന, ഹരിത സ്വപ്നങ്ങൾ മാത്രം കാത്തു സൂക്ഷിച്ചവൻ തെരുവിൽ വീണു മരിക്കുന്നു. അവന്റെ ജഡം ഇന്നു ആരും കാണുന്നില്ല. ആധുനികാനന്തര കാലത്ത്, മുഷ്ടി ചുരുട്ടിയ കരുത്തിന്റെ കൈകളും കത്തി ജ്വലിക്കുന്ന സമര വീര്യവും തെരുവിൽ പരിഹസിക്കപ്പെടുന്നു. അരാഷ്ട്രീയവൽക്കരിക്കപ്പെട്ടുകൊണ്ടിരിക്കുന്ന കേരളീയ സമൂഹത്തിൽ നീതിയ്ക്കായ് തെരുവിൽ പൊരുതി മരിച്ച പോരാളിയുടെ മുഖം പോലും ഒന്നു നോക്കാൻ ആരും തയ്യാറാവുന്നില്ല. സ്വന്തം കുടുംബത്തിന്റെ തടവറകളിൽ ഒതുങ്ങിക്കൂടി സുഖമായ് ജീവിക്കാൻ ഓരോ മലയാളിയും ഇന്നാഗ്രഹിക്കുന്നു. പുറം ലോകത്തിന്റെ ചലനങ്ങളും ശബ്ദങ്ങളും ഇന്നു നമുക്കു അരോചകമായിത്തീരുന്നു. മനസ്സാക്ഷി മരവി

ച്ചുപോയ വസ്തുവൽക്കരിക്കപ്പെട്ട കേരളീയ മനസ്സാക്ഷിയുടെ നേർക്കുള്ള കവിയുടെ ആത്മരോദനമാണ് 'സഹയാത്രിക നോട്' എന്ന കവിത. യാത്രികാ യീ ജഡത്തിന്റെ മുഖം നോക്കു ക നമ്മുടെ മുഖമായി മാറുന്ന വിസ്മയം ഞാനാണ്, നീയാണ്, നമ്മളാണീ മുഖം യാത്രികാ കത്തുന്ന കണ്ണുകൾ കാണുക (സഹയാത്രികനോട്)

പൊള്ളുന്ന വർത്തമാനകാലത്തിന്റെ കരുണയില്ലാത്ത കാഴ്ചകളാണ് മാധവന്റെ കവിതകൾ. മണ്ണിൽ നിന്നും ജീവിതാനുഭവങ്ങളിൽ നിന്നും പിഴുതെറിയപ്പെട്ട ആധുനികാനന്തര മലയാളി ഇന്നു ചരിത്ര ബോധവും ഓർമ്മകളും വ്യക്തിബന്ധങ്ങളും സാമൂഹ്യ ബോധവുമെല്ലാം നഷ്ടപ്പെട്ട് ഒറ്റ തുരുത്തുകളായി ജീവിക്കുന്നു. വേരുകളില്ലാതെ, ഇലക്ട്രോണിക് മാധ്യമങ്ങൾക്കു മുന്നിൽ ചടഞ്ഞിരുന്ന് വെർചൽ റിയാലിറ്റിയുടെ ഇടങ്ങളിൽ കുടുങ്ങിക്കിടക്കുകയാണ് ഇന്ന് മലയാളി. ഓർമ്മകളില്ലാത്ത തലമുറയെ ചരിത്ര ബോധങ്ങളിലേക്കും സമര തീക്ഷ്ണമായ ഓർമ്മകളിലേക്കും വിളിച്ചുണർത്തുന്ന കവിതയാണ് 'വയൽ പറയുന്നത്.'

കൂട്ടുകാരാ മറന്നതെന്തേ നിന്റെ/ഭൂതകാല സമരതീച്ചൂളകൾ?/പച്ചമണ്ണിന് വേണ്ടി നീയെത്രയോപോരടിച്ച് മുന്നേറിയ നാളുകൾ./കൊയ്യുവാൻ മാത്രമല്ലരിവാളെന്ന് /നേരെ നിന്ന് പറഞ്ഞ പോരാളി നീ

(വയൽ പറയുന്നത്)

തീമഴ പെയ്ത വേനൽ ക്കെടുതികളെ ജീവരക്തമെഴുതി നേരിട്ടവനാണ് മലയാളിയെന്ന ചരിത്രപാഠം കവി പുതുതലമുറയോട് ആവർത്തിക്കുന്നു. മനുഷ്യനായി ജീവിക്കാനായി കേരളത്തിലെ കർഷക ജനത നടത്തിയ ഐതിഹാസിക സമര പോരാട്ടങ്ങളും ജനകീയ ഉയിർത്തെഴുന്നേല്പുകളും ഇന്നത്തെ തലമുറ മറന്നുപോയിരിക്കുന്നു. മുദ്രാവാക്യം വിളിക്കുന്നവർ പോലും കേരളത്തിന്റെ സമരോത്സുക ചരിത്രം അറിയുന്നവരല്ല. പാടശേഖരങ്ങളും പുഴയോരങ്ങളും കായൽ തീരങ്ങളുമെല്ലാം റിയൽ എസ്റ്റേറ്റു മാഫിയക്കാർ പിടിച്ചടക്കി ഫ്ളാറ്റുകളും മാളുകളും നിർമ്മിക്കുന്ന ആധുനികോത്തര കാലത്ത് കൃഷിയിടങ്ങളും വയലേലകളും ഞാറ്റുപാട്ടുകളും കൊയ്ത്തുപാട്ടും എന്താണെന്നു നാം പഠിപ്പിച്ചു കൊടുക്കേണ്ട അവസ്ഥയാണ്. പച്ചമണ്ണിന്റെ വീര്യവും താളവും സമരോത്സുകതയും വിസ്മരിക്കരുതെന്ന് മാധവന്റെ കവിതകൾ നമ്മെ പഠിപ്പിച്ചുകൊണ്ടിരിക്കുന്നു.വാണിഭത്തിന്റെ പന്തയക്കളികളിൽ മണ്ണിനെ, നന്മ

പൂക്കും മനസ്സിനെ നിന്നെ നീയാക്കി മാറ്റിയ കിനാവിനെ നെഞ്ചു കാട്ടി നേരിട്ട കരുത്തിനെ വിസ്മരിച്ചു നീ പോയ കാലത്തിന്റെ ചോരയിറ്റിറ്റു വീണൊരീ മണ്ണിനെകൂട്ടുകാരാ ചരിത്രമുറങ്ങുമീ പച്ച മണ്ണിനെ തൊട്ടുണർത്തീടുക

(വയൽ പറയുന്നത്)

നമ്മെ പച്ച മണ്ണിലേക്കും നാട്ടു സംസ്കാരത്തിലേക്കും വീട്ടിലേക്കും തിരിച്ചു വിളിക്കുന്നവയാണ് മാധവന്റെ കവിതകൾ. 'അടുപ്പ്,' 'സൈക്കിൾ യാത്രയിൽ നാം,' 'ദേശപോഷിണി വായനശാല ചരിത്രം വായിക്കുകയാണ്,' 'കക്കയം,' 'മാമ്പഴ(ര)ക്കാലം,' 'ലാമിനേറ്റു ചെയ്ത ചില ചിത്രങ്ങൾ' തുടങ്ങിയ കവിതകളെല്ലാം മാറിയ ആധുനികാനന്തര കാലത്തുനിന്നുകൊണ്ട് ചരിത്രത്തെയും ജീവിതത്തെയും ഓർമ്മകൾകൊണ്ട് സൂക്ഷ്മമായി വായിച്ചെടുക്കുന്നവയാണ്. കാലവും ചരിത്രവുമെല്ലാം ഒരിക്കലും മറക്കാൻ പാടില്ലാത്ത ഓർമ്മകളെ ചവിട്ടിത്താഴ്ത്തുന്നതാണ് ഇന്നത്തെ നമ്മുടെ ജീവിതം. ഓർമ്മകളില്ലാത്ത ഒരു സമൂഹമായി ഇന്നു നാം മാറിയിരിക്കുന്നു. അധീശാധികാര വ്യവസ്ഥയും ആഗോള/കമ്പോള മുതലാളിത്തവും നമ്മുടെ ഓർമ്മകളെയും ചരിത്രബോധത്തെയും പിഴുതെറിയുന്നു. മനുഷ്യബന്ധങ്ങളെ ശിഥിലമാക്കിക്കൊണ്ട് വ്യക്തിയെ അരാഷ്ട്രീയവൽക്കരിച്ച് സമൂഹത്തിൽ നിന്നും അടർത്തുമാറ്റി നമ്മെ മരവിച്ച (ശവ) ശരീരങ്ങളാക്കിയെടുക്കുന്നു. മറവിയെ ആഘോഷമാക്കി മാറ്റുന്ന ഓർമ്മകളെ കുഴിച്ചു മൂടുന്ന വർത്തമാന കാലത്തിന്റെ ജീവിതാവബോധത്തിനും ആധുനികാനന്തര പ്രത്യയശാസ്ത്രങ്ങൾക്കുമെതിരായ പോരാട്ടം തന്നെയാണ് പുറച്ചേരിയുടെ കവിതകൾ. ഓർമ്മകളാണ് നമ്മുടെ ചരിത്രം. തിളങ്ങുന്ന ഓർമ്മകൾ ചരിത്രത്തിലേക്കും സംസ്കൃതിയിലേക്കും പാരമ്പര്യത്തിലേക്കും വേരുകളിലേക്കുമുള്ള സഞ്ചാരങ്ങളാണ്. പുതുതലമുറയ്ക്ക് തിളങ്ങുന്ന ഭൂതകാല അനുഭവങ്ങളോ ഓർമ്മകളോ ഇല്ല. ചരിത്രബോധവും പാരമ്പര്യമൂല്യങ്ങളും തിരിച്ചറിയാത്ത വേരുകളില്ലാത്ത ഇന്നത്തെ തലമുറ വർത്തമാനത്തിന്റെ സുഖഭോഗങ്ങളിൽ മുങ്ങിത്താഴുന്നു. നമ്മുടെ നഷ്ടപ്പെട്ടുകൊണ്ടിരിക്കുന്ന ഈ ഓർമ്മകളെയും അനുഭവചിത്രങ്ങളെയും മാധവന്റെ കവിതകൾ വീണ്ടെടുക്കുന്നു. പൊള്ളുന്ന ഓർമ്മകൾ നമ്മുടെ ചരിത്രത്തിന്റെ ഇന്ധനമായി മാറിയ ജീവിതാനുഭവങ്ങളാണ്. മറവിയ്ക്കെതിരെ പൊള്ളുന്ന ഓർമ്മകളെ മൂർച്ചയേറിയ ഒരു സമരായുധമാക്കി മാറ്റുന്നു മാധവൻ പുറച്ചേരിയുടെ കവിതകൾ. അത്തരം ഓർമ്മകളെ നെഞ്ചിലെരിയുന്ന നെരിപ്പോടാക്കി മാറ്റണമെന്ന് മാധവന്റെ കവിതകൾ നമ്മെ

എപ്പോഴും ഓർമ്മപ്പെടുത്തിക്കൊണ്ടിരിക്കുന്നു.

1975 ജൂൺ 26 ന് പ്രഖ്യാപിച്ച അടിയന്തിരാവസ്ഥയും അതിനെത്തുടർന്നു കേരള രാഷ്ട്രീയത്തിൽ കൊടുങ്കാറ്റു സൃഷ്ടിച്ച രാജൻ കൊലക്കേസും ഓർമ്മപ്പെടുത്തുന്ന ശക്തമായൊരു കവിതയാണ് 'കക്കയം.' കക്കയത്തേക്കു യാത്ര പോകുമ്പോൾ ആ പേരു കേൾക്കുമ്പോൾ തന്നെ അദൃശ്യമായൊരു സുഹൃത്ത് നമ്മളോടൊപ്പം ഓടിക്കിതച്ചെത്തുന്നു.

മറന്നുവോയെന്ന ചോദ്യം/കുടുങ്ങീടുന്നു തൊണ്ടയിൽ/ഇരുമ്പുലക്കയാലെന്റെ/നഗ്നമേനി ഞെരിഞ്ഞുവോ/ഉരുട്ടിക്കൊല ചെയ്താലും

കത്തിച്ചു കളഞ്ഞാലും/തിരിച്ചു വന്നു ചോദിക്കും/സ്വാതന്ത്ര്യത്തിന്റെ പേരവൻ

(കക്കയം)

കേരളത്തിന്റെ വടക്കേയറ്റം മുതൽ തെക്കേയറ്റം വരെ സഞ്ചരിക്കുമ്പോൾ നാം കടന്നു പോകുന്ന ഓരോ കൊച്ചു ഗ്രാമത്തിനും ഒരായിരം ചരിത്രസ്മരണകളും സമരോജ്ജ്വല പാരമ്പര്യവും ഐതിഹ്യങ്ങളും ഓർമ്മകളും കാണും. ഈ ഓർമ്മകളാണ് നമ്മുടെ ജീവിതത്തിന്റെ ആധാരം. ഇവയെ മറന്നുകൊണ്ട് ചാനൽ വിഭവങ്ങൾ മാത്രം ആസ്വദിച്ച് ജീവിക്കുന്നവരെ എളുപ്പത്തിൽ വന്ധീകരിക്കാനും അവരെ കമ്പോള മുതലാളിത്തത്തിന്റെ സ്തുതിപാഠകരും കോളനികളുമാക്കി മാറ്റാനും കഴിയും. അതിനാൽ മറവി രോഗത്തിന്റെ വൈറസുകൾ ആക്രമിക്കാത്ത ഒരു ഓർമ്മ പുസ്തകം നാം നെഞ്ചിലേറ്റണമെന്ന് മാധവന്റെ കവിതകൾ ആവർത്തിച്ച് ആവശ്യപ്പെടുന്നു. മറവികൾക്കെതിരെ ഓർമ്മകളെ ഉണർത്തിക്കൊണ്ടിരിക്കുക എന്നത് പുത്തൻ കൊളോണിയൽ കമ്പോള പ്രത്യയശാസ്ത്രത്തിനും അതിന്റെ സൗന്ദര്യ ശാസ്ത്രത്തിനുമെതിരായ സർഗകലാപം തന്നെയാണ്. ഓർമ്മകൾ ഈ കവിക്ക് ഒരു പ്രതിരോധം തന്നെയാണ്.

മറവിക്കെതിരെയോർമ്മ/കത്തിച്ചുവെച്ച വെട്ടമേ
കൊടിനാട്ടിയിരിക്കുന്ന/കണിക്കൊന്നകൾ കാണുക

(കക്കയം)

പച്ച മണ്ണിൽ കാതുചേർത്തു കിടന്ന് തിളങ്ങുന്ന ഓർമ്മകളിലേക്ക് സഞ്ചരിക്കുമ്പോൾ ഇലപ്പച്ചകൾ വന്നു മൂടിടുമെന്ന് കവി വിശ്വസിക്കുന്നു. 'ലാമിനേറ്റു ചെയ്ത ചില ചിത്രങ്ങൾ' എന്ന കവിത സമരതീക്ഷ്ണമായ ഒരു കാലത്തിന്റെ ഓർമ്മകളിൽ നിന്നും പറിച്ചെടുത്ത ചിത്രങ്ങളാണ്.

ഒടിവിദ്യയിലെന്നപോലെയാണ്/കാന്തലോട്ട് പോലീസുകാരനുമുന്നിൽ/കറമ്പിപ്പയ്യായത് പാതിരാത്രിയിൽ/വേഷം മാറിവന്ന് പിഞ്ഞാണത്തിലെ കഞ്ഞിവെള്ളത്തിൽ കാന്താരി മുളക് ഞെരടിയാണ് കേരളീയൻ അമൃത് കുടിച്ചത്/രഹസ്യസർക്കുലർ തലയിൽ കെട്ടി/വിരൽവെച്ചാൽ മുറിയുന്ന

ഒഴുക്കുള്ളപ്പോഴാണ്/ഏ.കെ.ജി പുഴനീന്തിക്കടന്നത്.

(ലാമിനേറ്റ് ചെയ്ത ചില ചിത്രങ്ങൾ)

കേരളീയ ജീവിതത്തിന്റെ ദിശാസൂചിയെ നിർണ്ണയിച്ച സമരോത്സുകമായ കാലം. തിളച്ചുമറിയുന്ന ഈ ഓർമ്മചിത്രങ്ങൾ എക്കാലത്തും മലയാളികൾ ലാമിനേറ്റു ചെയ്തു വെയ്ക്കേണ്ട ഓർമ്മകൾ കൂടിയാണ്. ചോരപൂക്കൾ വിതറി ചരിത്രത്തെ തിരുത്തിയെഴുതിയ ലാമിനേറ്റു ചെയ്തു വെയ്ക്കേണ്ട ചരിത്ര സ്മരണകളും പാഠങ്ങളുമാണവ. വരും തലമുറയ്ക്കു ഇവ വിശ്വസിക്കാനേ തോന്നുകയില്ല. ഇന്നത്തെ തലമുറയുടെ ഓർമ്മകളിൽ ഇത്തരം അനുഭവങ്ങളോ ചിത്രങ്ങളോ ഇല്ല. സമരമുന്നേറ്റങ്ങളാൽ തിളച്ചുനിന്ന കേരളം ഇന്നു തണുത്തുറച്ചു നിൽക്കുന്നു. സമര മുന്നേറ്റങ്ങൾ നടത്തി കേരളീയ ചരിത്രത്തിൽ ജ്വലിച്ചു നിന്ന ചോര തുടിക്കുന്ന കൈകളെ ഇന്നു നാം എവിടെയും കാണുന്നില്ല.

ചോര തുടിക്കുന്ന ചെറുപ്പക്കാരാ
നീയെവിടെ?
ഡൗൺലോഡു ചെയ്ത
ചരിത്രത്തിലില്ല.

(ലാമിനേറ്റ് ചെയ്ത ചില ചിത്രങ്ങൾ)

സോമൻ കടലൂരിന്റെ അ-ഭാവങ്ങൾ എന്ന കവിതയും യുവത്വത്തെ അന്വേഷിക്കുന്നതു കാണാം. ജാഥയിലില്ല സമരത്തിലില്ല/പാർട്ടിയിലൊട്ടുമില്ല/വെയിലിലോ വയലിലോ/വായനശാലയിലോ പൊടിപോലുമില്ല/യുവാവേ/നീയെവിടെയാണ് ഒളിച്ചത്?

(അ-ഭാവങ്ങൾ)

നാട്ടിൻപുറത്തെ അനുഭവലോകങ്ങളും കാഴ്ചകളുമാണ് പുതുകവിത. ആധുനികാനന്തര കാലത്തെ കവികളെല്ലാം വീട്ടിലേക്കും നാട്ടിലേക്കും തിരിച്ചുപോരുന്നവരാണ്. എസ്. ജോസഫിനെയും രേണുകുമാറിനെയും പോലെ മാധവൻ പുറച്ചേരിയും ജീവിതത്തിൽ നിന്നും വേരറ്റുപോയ കവിതയെ നാട്ടുവെളിച്ചത്തിലേക്കും ഗ്രാമ കാഴ്ചകളിലേക്കും കൂട്ടിക്കൊണ്ടുവരുന്നു. നാട്ടിലേക്കു തിരിച്ചു പോകുന്നു ഞാൻ

നാട്ടു വഴികൾ വിളിക്കുന്നു സ്നേഹമായ്
കൂട്ടുകാരാ.... ഈ വഴി മറന്നുവോ?

(തിരിച്ചു വരുന്നവൻ)

കമ്പോള മുതലാളിത്തത്തിന്റെയും നവ കൊളാണിയൽ പ്രത്യയശാസ്ത്രത്തിന്റെയും സൗന്ദര്യാവബോധത്തെയും ആധുനികാനന്തര ജീവിതമൂല്യസങ്കല്പങ്ങളെയും ഗ്രാമീണ ജീവിതത്തിന്റെ മൂല്യാവബോധം കൊണ്ടും നാട്ടുസംസ്കാരത്തിന്റെ നന്മകൾകൊണ്ടും ഈ കവി എതിരിടുന്നു. ആഗോളീകരണ/നവ കൊളോണിയൽ പ്രത്യയശാസ്ത്രങ്ങൾക്കെതിരായ അവബോധമുണർത്തുന്ന ജ്ഞാനരൂപമാണ് മാധവൻ പുറച്ചേരിയുടെ കവിതകൾ.

യുവധാര മാസിക സപ്തംബർ 2013